पर्यावरण समस्या
निराकरण व क्षेत्रअभ्यास
(With Emphasis On Field Work)

डॉ. श्रीकांत कार्लेकर

विभाग प्रमुख, भूगोल विभाग
स. प. महाविद्यालय, पुणे-३०

डायमंड पब्लिकेशन्स

पर्यावरण समस्या, निराकरण व क्षेत्रअभ्यास

Paryavaran Samasya, Nirakaran Va Kshetraabhyasa

डॉ. श्रीकांत कार्लेकर

ISBN - 81 - 89724 - 49 - 5

© डायमंड पब्लिकेशन्स, पुणे

प्रथमावृत्ती : ऑक्टोबर २००६
पुनर्मुद्रण : ऑक्टोबर २००७

मुखपृष्ठ
श्याम भालेकर

प्रकाशक

डायमंड पब्लिकेशन्स

२६४/३ शनिवार पेठ, ३०२ अनुग्रह अपार्टमेंट

ओंकारेश्वर मंदिराजवळ, पुणे-४११ ०३०

☎ ०२०-२४४५२३८७, २४४६६६४२

info@diamondbookspune.com

ऑनलाईन पुस्तक खरेदीसाठी भेट द्या
www.diamondbookspune.com

प्रमुख वितरक

डायमंड बुक डेपो

६६१ नारायण पेठ, अप्पा बळवंत चौक,

पुणे ४११०३०. फोन : २४४८०६७७

प्रस्तावना

पर्यावरणशास्त्र, पर्यावरणशिक्षण व पर्यावरणजागृती यांवर लिहिलेली अनेक पुस्तके आज वाचकाला व अभ्यासकाला सहजपणे उपलब्ध आहेत. या सर्वच पुस्तकांतून पर्यावरणाचा प्रामुख्याने जागतिक पातळीवर विचार केलेला दिसून येतो.

पर्यावरणाचा स्थानिक पातळीवरचा विचार अनेक वेळा जास्त महत्त्वाचा व उपयुक्त असतो. आपल्या आजूबाजूच्या परिसराचे महत्त्व कळणे व आपल्याच ढवळाढवळीमुळे त्या परिसराचा कसा ऱ्हास होत आहे ते समजणे ही आता गरजेची गोष्ट बनू लागली आहे. पर्यावरणाचे हे महत्त्व लक्षात घेऊन, शाळा, महाविद्यालये व विद्यापीठपातळीवर सक्तीचे पर्यावरणशिक्षण राबविण्यात येऊ लागले आहे.

सर्वसामान्य व्यक्तीला आणि अभ्यासकाला पर्यावरणाच्या मुख्य समस्या समजाव्यात, पर्यावरणऱ्हास म्हणजे काय व तो कसा ओळखावा हे कळावे व त्यासाठी कशाप्रकारचे प्रयत्न चालू आहेत याचीही थोडीफार कल्पना यावी या दृष्टीने या पुस्तकातील लेखांची रचना केलेली आहे.

सुरुवातीच्या काही लेखांत, नैसर्गिक पर्यावरणाच्या, माणसाला सदैव भेडसावणाऱ्या समस्यांचे वर्णन केले आहे. भूकंप, त्सुनामी, पूर, वादळे, ढगफुटी, कोसळणाऱ्या दरडी अशा समस्यांची मूलभूत माहिती आता प्रत्येकालाच असणे गरजेचे आहे. त्यादृष्टीने समस्येचे आकलन करून देण्याचा प्रयत्न या लेखांत केलेला आहे. किनारी प्रदेश, पर्वतीय प्रदेश, जंगले व नदीपात्रे यांचा होत असलेला ऱ्हास कसा अनिर्बंधपणे चालू आहे त्याचे वर्णन पुढील लेखात केले असून,

पर्यावरणरक्षण, पर्यावरणपुनर्निर्मिती याकरिता चालू असलेल्या प्रयत्नांपैकी काहींची माहितीही देण्यात आलेली आहे.

ई.आय.ए. म्हणजे एनव्हायर्नमेंट इम्पॅक्ट असेसमेंट ही कोणत्याही विकास प्रकल्पाच्या मसुद्यात पूर्तता करण्याची महत्त्वाची अट असते. याविषयीची माहिती 'पर्यावरणातील परिणामांचे मूल्यमापन' या लेखात देण्यात आली आहे.

आपल्या आजूबाजूच्या परिसराच्या व पर्यावरणाच्या रक्षणाची जबाबदारी प्रत्येकावरच आहे. हे करण्यासाठी वैज्ञानिक दृष्टिकोनातून, परिसराचा अभ्यास करणे गरजेचे. परिसराला प्रत्यक्ष भेट देऊन, स्थानिक पातळीवर त्याचा अभ्यास करणे, त्याचे निरीक्षण करणे ही पर्यावरणरक्षणाची व संवर्धनाची पहिली पायरी मानण्यात येते. यासाठी क्षेत्रीय अभ्यासाचे (Field work) तंत्र कसे वापरले जाते त्याचा विचार पुस्तकाच्या अखेरीस करण्यात आला आहे.

पुस्तकात समाविष्ट केलेले काही लेख सकाळच्या 'दिशा' या वैज्ञानिक पुरवणीत प्रसिद्ध झाले आहेत. बऱ्याच लेखांत, प्रस्तुत लेखकाने विविध संशोधनप्रकल्पासाठी मिळविलेल्या माहितीचाही समावेश करण्यात आला आहे. पुस्तकात, जागतिक समस्यांपेक्षा, भारतातील व महाराष्ट्रातील समस्यांवर जास्त भर देण्यात आला आहे. पर्यावरणप्रेमी, अभ्यासक व विद्यार्थी या सर्वांनाच हा प्रयत्न आवडेल असा विश्वास वाटतो.

– डॉ. श्रीकांत कार्लेकर

अनुक्रमणिका

१. पृथ्वी : एक वैश्विक आश्चर्य !

आपल्या आकाशगंगेतील ग्रह आणि या विश्वाच्या अफाट पसाऱ्यातील इतर ग्रह, तारे यांचा अभ्यास जसजसा वाढतो आहे, तशी एक गोष्ट प्रकर्षाने लक्षात येऊ लागलीय, ती म्हणजे आपली पृथ्वी या सगळ्यांत केवळ एकमेवाद्वितीय अशी आहे.

ही पृथ्वी म्हणजे एक मोठे आश्चर्य आहे. विलक्षण लवचिकता *(रिसिलियन्स)* असलेला असा दुसरा ग्रह आपल्या ग्रहमालेत नाही.

पृथ्वी शुक्र ग्रहाइतकी उष्ण नाही आणि मंगळाइतकी थंडही नाही. सजीवांच्या अस्तित्वासाठी आवश्यक असलेले नेमके तापमान आणि त्याची सुसह्य कक्षा, यांमुळेच पृथ्वी एक आदर्श ग्रह आहे. जीवनावश्यक अशा पाण्याचे प्रमाण पृथ्वीवर इतके आहे, की त्याला जलग्रह म्हणणेच योग्य ठरेल. सर्व प्रकारच्या सजीवांसाठी पाण्याच्या गोठणबिंदूपासून उत्कलनबिंदूपर्यंत, म्हणजे शून्य अंशापासून शंभर अंश सेल्सियसपर्यंत तापमानकक्षा केवळ पृथ्वीवरच उपलब्ध आहे.

सूर्यापासून पृथ्वीचे अंतर हा सगळ्यांत महत्त्वाचा घटक. हे अंतर सजीवांच्या उत्क्रांतीसाठी आणि अस्तित्वासाठी अगदी नेमके आहे. थोड्याशा कमी किंवा जास्त अंतरामुळे पृथ्वीवरचे आजचे जीवन आणि पर्यावरण क्षणार्धात नाहीसे होईल, इतकी ही घटना वैशिष्ट्यपूर्ण आहे. पृथ्वी ही स्वत:च्या आसाभोवती फिरते आहे. असे नसते, तर सूर्यासमोरची बाजू अतितप्त व विरुद्ध बाजू अतिथंड बनून सजीवांसाठी अयोग्य व प्रतिकूल ठरली असती.

पृथ्वीचे आकारमान इतके योग्य आहे, की त्यामुळे निर्माण झालेल्या गुरुत्वाकर्षणामुळे तिचा लोह व निकेलयुक्त गाभा वितळलेल्या स्थितीत स्थिर आहे. या गुरुत्वाकर्षणामुळेच तिच्याभोवतीचे विविध वायूंनी युक्त असे जीवनदायी वातावरण पृथ्वीभोवती टिकून आहे. नाहीतर सर्व जीवनावश्यक वायू अंतराळाच्या पोकळीत निसटून गेले असते अणि पृथ्वीवर जीवन टिकलेच नसते.

पृथ्वीच्या अंतरंगातील उष्णतेचे *(जिओथर्मल एनर्जी)* सतत मंद उत्सर्जन होत असल्यामुळे तिचे तापमान सजीवांच्या अस्तित्वासाठी आवश्यक एवढेच राहते. दोन अब्ज वर्षांपूर्वी पृथ्वीवर प्रकाशसंश्लेषण क्रिया करणारे जीवाणू निर्माण झाले. त्यामुळे ओझोनचा थर तयार झाला तो केवळ त्यामुळेच. पृथ्वीवरील जीवांचे अतिनील प्रारणांपासून रक्षण होऊ लागले.

कोट्यवधी वर्षांपासूनच पृथ्वी अतिशय लवचिक व जुळवून घेणारी*(अॅडाप्टिव्ह)* आहे, असे मत अनेक वैज्ञानिकांनी व्यक्त केले आहे. ३.८ अब्ज वर्षांपूर्वी पृथ्वीवर जीवांची निर्मिती झाली, तेव्हापासूनच पृथ्वीपृष्ठाचे सरासरी तापमान, सूर्याच्या ऊर्जेत तीस ते चाळीस टक्के वाढ होऊनही १० ते २० अंश सेल्सिअस इतक्या अरुंद कक्षेत स्थिर राहिले आहे.

आज पृथ्वीवरचा प्रत्येक जीव एका प्रदीर्घ उत्क्रांतीचा साक्षीदार आहे. गेल्या साडेचार अब्ज वर्षांच्या कालखंडात पृथ्वीवरील जीवन दोन टप्प्यांत विकास पावले. पहिला टप्पा हा रासायनिक उत्क्रांतीचा *(केमिकल इव्होल्यूशन)*, तर दुसरा जैविक उत्क्रांतीचा *(बायॉलॉजिकल इव्होल्यूशन)* होता. पहिल्या अब्ज वर्षांत प्राथमिक प्रोटोसेल्स निर्माण झाले आणि उरलेल्या काळात जिवाणू एकपेशीय प्राणी आणि नंतर बहुपेशीय प्राणी या विकासप्रक्रियेत निर्माण झाले.

खनिजभूत व शिलाभूत स्वरूपात अश्मीकरण झालेले प्राण्यांचे सांगाडे, दात, झाडांची पाने, बिया आणि त्यांचे ठसे, शिंपले यांवरून अशा विविधरंगी जीवनाचा पुरावा मिळतो. आश्चर्याची गोष्ट म्हणजे, आतापर्यंत केवळ एक टक्का इतकाच सजीवांच्या अस्तित्वाचा जीवाश्म पुरावा सापडलाय. काही सजीवांचे जीवाश्म मिळतच नाहीत, तर काही जीवाश्म विघटन होऊन नष्ट झालेत.

उत्क्रांतीच्या कालखंडात भौगोलिक एकलन *(आयसोलेशन)* व पुनरुत्पादक एकलन यांमुळे दीर्घकाळापर्यंत प्राण्यांच्या जाति-जमाती एकमेकांपासून वेगळ्या राहिल्या. वेगवेगळ्या पर्यावरणप्रदेशात राहण्याच्या नैसर्गिक सक्तीमुळे त्यातल्या काही जाती-जमाती कमी झाल्या, तर काही पूर्णपणे लोप पावल्या. भूमिखंडांची मोठ्या प्रमाणावर हालचाल किंवा खंडवहन आणि हवामानातील बदल यांमुळेही जमातींचा

विनाश झाला. आजही पृथ्वीवरील जैव विविधतेचा वेगाने नाश चालू आहे. मनुष्याच्या ढवळाढवळीमुळे तर पृथ्वीवर जैविक आणीबाणी निर्माण झाल्यासारखी परिस्थिती आहे. अनेक जीवशास्त्रज्ञांच्या मते येत्या काही वर्षांत पृथ्वीवरच्या २५ ते ४० टक्के सजीवांची हानी, ही या कारणांमुळेच होण्याची शक्यता आहे.

विविध जीव-जमातींचा विनाश, ही जरी नैसर्गिक प्रक्रिया असली तरी पृथ्वीवरच्या निरनिराळ्या जाती-प्रजातींच्या निर्धारित वेळेपूर्वीच लोप पावण्याच्या क्रियेमागे मनुष्यप्राणीच आहे, हे आता नक्की झाले आहे. आधुनिक जगाची तीच सवात मोठी समस्या आहे.

आपल्याला कदाचित वाळवंटीकरणाची प्रक्रिया आटोक्यात आणता येईल, मृदेची प्रत वाढवता येईल, कमी होणाऱ्या ओझोन थराची पुनर्निर्मिती करता येईल, हजारभर वर्षांत पृथ्वीचे वाढते तापमान आटोक्यात आणून हवामानात स्थैर्यही आणता येईल, पण लोप पावणाऱ्या जीवजंतूंची निर्मिती करणे आपल्याला शक्य नाही.

उष्णकटिबंधीय जंगले, प्रवाळ आणि आर्द्रभूमी प्रदेश, ज्यांनी उत्क्रांतीसाठी ऊर्जाकेंद्रांसारखे काम केले, त्यांचा होणारा ऱ्हास हाच या वसुंधरेच्या भविष्याचा, काळजीचा विषय आहे.

❏❏

२. आपत्तिग्रस्त भारत

नैसर्गिक आपत्तीने वर्षभर ग्रासून गेलेल्या भारतातील विविध विपत्तींची तीव्रता दिवसेंदिवस वाढत असल्याचे संकेत वैज्ञानिकांना व संशोधकांना मिळू लागले आहेत. महाभयंकर पूर, दुष्काळ, अवर्षण, अतिवृष्टी, कोसळणाऱ्या दरडी, वादळे यांसारख्या भारताच्या वेगवेगळ्या भागांत दरवर्षी हजेरी लावणाऱ्या आपत्तींवर मात करणे सोडाच, त्यांची पूर्वसूचना देणेही आपल्याला अचूकपणे जमत नाहीसे झाले आहे !

पर्यावरणाचा सर्वत्र ढासळणारा समतोल, मनुष्याचा हरघडी वाढणारा निसर्गातला हस्तक्षेप, बदलते जागतिक व स्थानिक हवामान या व यांसारख्या अनेक कारणांमुळे आपत्तींची तीव्रता जास्तच जाणवू लागली आहे.

या सर्वच नैसर्गिक आपत्तींचा वैज्ञानिक दृष्टीने होणारा अभ्यास अजूनही पुरेसा नाही, हेच सत्य यातून स्पष्ट होत आहे. आधुनिक विज्ञान व तंत्रज्ञानाचा अधिक योग्य व नेमका वापर होणे ही एक मोठीच गरज बनली आहे.

दरवर्षी भारताचा कोणता ना कोणता तरी प्रदेश एखादुसऱ्या समस्येने ग्रस्त असतोच. गेल्या काही वर्षांची विविध आपत्तींमुळे होणाऱ्या जीवित व वित्त हानीची आकडेवारी असे सुचविते, की या वर्षी सर्वच प्रकारच्या आपत्तींच्या तीव्रतेत लक्षणीय वाढ झाली आहे.

ज्वालामुखीय उद्रेकासारख्या घटनांपासून भारत मुक्त आहे; मात्र सागर प्रदेशातील

भूकंपप्रवण प्रदेशांची अस्वस्थता, त्यातील उलथापालथ व बदल यांमुळे १९९१च्या एप्रिलमध्ये बंगालच्या उपसागरात बॅरन आयलंडवर एक उद्रेक झाला होता.

भूकंप ही तर मोठीच संहारक अशी आपत्ती. भारतातील जम्मू-काश्मीर, हिमाचल, उत्तर प्रदेशातील हिमालयपर्वतांच्या पायथ्याचे प्रदेश, नर्मदेचे खोरे, उत्तर बिहार, ईशान्येकडील राज्ये, कच्छ व अंदमान-निकोबार हे सगळे प्रदेश भूकंपप्रवण म्हणून ओळखण्यात आलेत. या सर्व भागांत भूकंपप्रवणतेचा निर्देशांक एक-शतांश ते आठ-शतांश इतका आहे.

जून ते सप्टेंबरच्या काळात 'पूर' ही समस्या भारताला नेहमीच भेडसावते. दरवर्षी येणाऱ्या पुरामुळे पूरग्रस्त होणारा भारताचा प्रदेश ४० लक्ष हेक्टर एवढा विस्तृत आहे. गंगा-ब्रह्मपुत्रा नद्यांच्या पाण्यामुळे वाहत येणारा गाळ नदीपात्रातच साठून पूरपरिस्थिती दरवर्षी अधिकच भयावह होत आहे. या वर्षी आसाम व बिहारमध्ये झालेल्या पुराने यापूर्वीचे सर्व उच्चांक मोडले आहेत !

उथळ होणारी नदीपात्रे, शेतीयोग्य जमिनीची नासधूस, फुटणारे बंधारे, साचलेल्या पाण्याने वाढणारी रोगराई या सर्वच घटना या वर्षी प्रकर्षाने वाढल्या. आंध्र, बिहार, आसाम, उत्तर प्रदेश, गुजरात, पश्चिम बंगाल या सर्वच राज्यांत पुराने मोठे नुकसान केले. अतिवृष्टीने महाराष्ट्रातही जनजीवन अस्ताव्यस्त करून सोडले.

शेती व वनस्पतींचा विनाश, भूजल व पृष्ठजलाची चणचण या गोष्टी पर्जन्याच्या कमतरतेशी निगडित असल्यामुळे भारतासारख्या मोसमी हवामान असलेल्या प्रदेशात याचा संबंध दुष्काळजन्य परिस्थितीशी आहे.

सरासरी पर्जन्यापेक्षा ७५ टक्के कमी पाऊस पडला, तर हवामान खात्याच्या व्याख्येनुसार दुष्काळी परिस्थिती असते. ६० टक्क्यांपेक्षाही कमी पाऊस पडला, तर दुष्काळ तीव्र स्वरूपाचा असतो. सलग चार आठवडे सरासरीपेक्षा निम्म्याने किंवा त्याहीपेक्षा कमी पाऊस पडला, तर तो शेती व्यवसायाच्या दृष्टीने दुष्काळ *(ॲग्रिकल्चरल ड्रॉट)* असतो. मेच्या मध्यापासून ऑक्टोबरच्या मध्यापर्यंत संपूर्ण देशात एकूण पेरलेल्या जमिनीपैकी ८० टक्के क्षेत्र खरीप पिकाखाली असते. या काळात साप्ताहिक पर्जन्यमान ५ सेंटिमीटर किंवा त्याहीपेक्षा कमी असले, तरीही ही परिस्थिती शेतीच्या दृष्टीने दुष्काळी असते.

गुजरात व पूर्व राजस्थानचा काही भाग, कर्नाटक, महाराष्ट्राचा काही प्रदेश, ओरिसा, मध्यप्रदेश, बिहार, पश्चिम बंगालचे काही जिल्हे एवढा विस्तृत पट्टा दुष्काळसदृश परिस्थितीशी दर वर्षी सामना करीत असतो.

आंध्र, ओरिसा, पश्चिम बंगालचा किनारी प्रदेश व तमिळनाडूच्या किनाऱ्यावर दरवर्षी मोठी वादळे अनुभवाला येतात. यामुळे कोट्यवधी रुपयांचे नुकसान होते,

मोठ्या प्रमाणावर जीवितहानीही होते. पूर्व किनाऱ्यावर येणाऱ्या या संहारक वादळांच्या पूर्वसूचनेची आपली यंत्रणा अद्ययावत असूनही, ती पुरेशी ठरत नाही, हे आता स्पष्ट झाले आहे.

समुद्रतळावर भूकंप होऊन किंवा दरडी कोसळून समुद्रपृष्ठावर महाकाय लाटा निर्माण होतात. या लाटा किनाऱ्यावरची आखाते, उपसागर, पुळणी अशा ठिकाणी फार मोठा विध्वंस घडवतात. या लाटांना 'त्सुनामी लाटा' असे म्हटले जाते. भारताच्या पूर्व किनाऱ्यावरील फार मोठा प्रदेश या लाटांनी आपत्तिग्रस्त होतो.

या सर्वच आपत्तींची तीव्रता, मनुष्यवस्ती जिथे जास्त आहे तिथे प्रकर्षाने जाणवते. वास्तविक पाहता या सर्वच आपत्तींनी भारतात अनेक वर्षांपासून वेळोवेळी हजेरी लावलेली आहे; मात्र गेल्या काही वर्षांत झालेल्या लोकसंख्येच्या वाढीमुळे आपत्तिग्रस्त प्रदेशातही तितक्याच वेगाने वाढ झाली.

एका दिवसात ५०० मिलिमीटरपेक्षा जास्त इतकी अतिवृष्टी आणि त्यामुळे पाण्याचा सपाट प्रदेशात होऊ न शकणारा निचरा ही उत्तर भारतात नेहमी जाणवणारी समस्या २००४ मध्ये जास्तच तीव्र बनली.

पावसाळ्यात समुद्राच्या पाण्याची तात्पुरती वाढलेली पातळी आणि या वाढलेल्या पाण्याचे भरतीच्या वेळी जमिनीवर होणारे आक्रमण, किनाऱ्यांची झीज व धूप या घटना महाराष्ट्राच्या किनाऱ्यालाही अपरिचित नाहीत.

भारतातल्या सर्व नैसर्गिक आपत्तींची कारणमीमांसा करणे व त्यांची उगमस्थाने ओळखणे हे जरी सहज शक्य असले, तरी अनेक वेळा या आपत्तींनी केलेला विनाश, जीवित व वित्त हानी ही एकमेकांशी असंबद्ध अशा मनुष्यनिर्मित हानीशी निगडित, विविध घटनांचा परिपाक असल्याचे आता जाणवू लागले आहे.

भारतीय उपखंडात नैसर्गिक संतुलनाचा तोल केव्हाच बिघडला आहे ! माणसांनी चालवलेला उपलब्ध जमिनीचा अनिर्बंध वापर आणि आजूबाजूच्या पर्यावरणाबद्दल असलेली बेफिकीर वृत्ती हीच नैसर्गिक आपत्तींच्या वाढत्या तीव्रतेची मुख्य कारणे आहेत, याबद्दल वैज्ञानिकांच्या मनात संशय नाही !

□□

३. भूकंप

सर्व तऱ्हेच्या नैसर्गिक आपत्तींपैकी भूकंपाची आपत्ती ही जीवित आणि वित्त-हानीचा विचार करता, अतिशय संहारक आपत्ती आहे. विज्ञानाच्या कक्षा झपाट्याने रुंदावत असताना, विज्ञानाच्या साहाय्याने आपल्या बुद्धिचातुर्याच्या बळावर निसर्गावर मात करू पाहणाऱ्या माणसाला मात्र अजूनही या विनाशकारी संकटाचे भाकीत करणे जमलेले नाही.

भूकंप का व कसे होतात, याबद्दल वैज्ञानिकांनी आत्तापर्यंत खूपच अचूक ज्ञान मिळविले आहे. भूकंपाच्या तीव्रतेबद्दलही खूपच संशोधन झालेले आहे. भूकंपाची संभाव्य क्षेत्रेही शास्त्रज्ञांनी नेमकेपणाने निश्चित केलेली आहेत. असे असले, तरी एखाद्या भूकंपप्रवण *(अर्थक्वेक प्रोन)* क्षेत्रात अमूक वेळी, अमूक तीव्रतेचा भूकंप होईल आणि त्यामुळे अंदाजे इतके इतके नुकसान होईल अशा तऱ्हेचे पूर्वानुमान करणे अजूनही शक्य झालेले नाही.

पृथ्वीच्या अंतरंगातील प्रस्तरपट्ट्यांची अनिश्चित हालचाल हा या सगळ्या प्रक्रियेतला महत्त्वाचा घटक असल्याने, भूकंपाचे भाकीत करणे अवघड बनलेले आहे, याबद्दल शास्त्रज्ञांमध्ये दुमत नाही. काही शास्त्रज्ञांच्या मते, पृथ्वीपृष्ठावर पूर्वी जेवढे भूकंप व ज्वालामुखींचे उद्रेक होत असत त्यापेक्षा आज खूपच कमी संख्येने या भूप्रक्षोभक *(डायस्ट्रॉफिक)* हालचाली होत आहेत. मात्र पूर्वीपेक्षा, एखाद्या लहानशा

धक्क्यानेही होणारे संहाराचे प्रमाण आज लक्षणीयरीत्या वाढलेले आहे. याचे मुख्य कारण असे की, भूकंपप्रक्रियेपेक्षा त्यामुळे जी पडझड होते, इमारती पडतात, त्याखाली गाडले गेल्यामुळे जीवितहानी खूपच मोठ्या प्रमाणावर होते.

जगभर सर्वत्र वाढणारी लोकसंख्या, इमारती बांधकामे, दाटीवाटीने राहणारी मनुष्यवस्ती हेच खरे पाहता भूकंपामुळे होणाऱ्या विनाशाचे मुख्य कारण आहे.

त्यामुळे भूकंपाचा अंदाज करता येत नसला तरी भूकंपप्रवण प्रदेशातील रहिवाशांना त्यांच्या वस्त्यांचा आकृतिबंध, रचना आणि इमारती बांधकामात आमूलाग्र बदल करणे, हाच या संकटाला सामोरे जाण्याचा एकमेव उपाय आहे, असे दिसते.

अनेक पर्यावरणवाद्यांच्या म्हणण्याप्रमाणे माणसाने निसर्गात जी ढवळाढवळ चालवलेली आहे, त्यामुळे भूकंपांची तीव्रता वाढते आहे. शास्त्रीयदृष्ट्या अशा तऱ्हेची विधाने ही त्या शास्त्रीय प्रक्रियेबद्दलचे संपूर्ण अज्ञान दर्शवितात. धरणे बांधल्यामुळे, जलाशयनिर्मितीमुळे भूकंपांची शक्यता वाढते हे म्हणणेही तितकेसे योग्य नाही; कारण आज भूकंपक्रियेच्या शास्त्रीय कारणांचे जे ज्ञान वैज्ञानिकांनी मिळवले आहे, त्यावरून असे दिसते की, भूकंपांची निर्मिती ही पृथ्वीच्या अंतरंगात खूप खोलवर होते, पृथ्वीच्या पृष्ठभागावर काही मीटर खोलीपर्यंत परिणाम घडवून आणणाऱ्या घटना, संहारक भूकंपास कारणीभूत ठरतील याची शक्यता खूपच कमी वाटते.

प्लेट टेक्टॉनिक्स किंवा भूपट्ट विवर्तनी हे आज भूकंपनिर्मितीचे सबळ कारण मानण्यात येते. जगातील भूकंपांची ठिकाणे पाहता, भूकंपांचा आणि भूपट्ट *(प्लेट्स)* किंव भू-तबकांचा व त्यांच्या हालचालींचा खूपच घनिष्ट संबंध आहे, असे दिसते.

पृथ्वीचे कवच सीयाल व सीमा या दोन प्रमुख विभागांनी बनलेले आहे. भू-तबके ही सीयाल व सीमांनी बनलेली असून, त्यांची जाडी १०० ते १५० किलोमीटर आहे. त्यामुळेच ही भू-तबके खंडीय *(कॉंटिनेंटल)* व सामुद्रिक *(ओशियानिक)* अशा दोन्ही प्रकारची आहेत. सीयाल व सीमाच्या खालचा सीमावर्ती प्रदेश म्हणजे मोहोची विलगता हा प्रदेश खंडांच्या हालचालीस योग्य नसून, त्याऐवजी त्याखाली असलेला ॲस्थनोस्फिअर म्हणजे न्यूनतम प्रवेग थर या हालचालींकरिता आदर्श भाग असल्याचे मानण्यात येते. भू-तबकांची जाडी या थरापर्यंत आहे.

पृथ्वीपृष्ठाची विभागणी अशा तऱ्हेच्या सहा मोठ्या व अनेक लहानसहान तबकांत झालेली आहे. पृथ्वीवरील खंडे व महासागर हे यांतील कोणत्या ना कोणत्या तरी भूपट्ट्यावर स्थिरावलेले आहेत. त्यामुळे हे भूपट्ट किंवा तबके सरकू लागली की, त्यावरील भूमिखंडेही आपोआपच सरकतात. भूपृष्ठावर युरेशिया व आजूबाजूचा

समुद्र, आफ्रिका व पूर्व अटलांटिक सागरतळ, भारत-ऑस्ट्रेलिया-न्यूझीलंड, प्रशान्त महासागर तळ, अमेरिका व पश्चिम अटलांटिक सागरतळ आणि अंटार्क्टिक व आजूबाजूचा समुद्र अशी मुख्य तबके आहेत. अनेक लहान तबकांमध्ये फुजी, कॅरोलिन अरेबियन, फिलीपिन्स, कोकोज व ऩाझका ही महत्त्वाची तबके आहेत. जगातील प्रमुख वली पर्वत, ज्वालामुखी प्रदेश, भूकंप प्रदेश हे या तबकांच्या सीमावर्ती प्रदेशात एकवटलेले आहेत.

ही सर्व तबके घट्ट खडकांनी बनलेली असून, विविध आकारांची व असमान आहेत. प्रत्येक तबकाला त्याचा स्वत:चा 'युलर पोल' असून त्याभोवती त्याची हालचाल युलर थिअरमप्रमाणेच होत असते. तबकांच्या हालचालींमुळे त्यांच्या कडा एकमेकींना विरोध करीत घासत असतात.

भूपट्ट विवर्तनी हा सिद्धान्त १९६७ च्या सुमारास मेकेंझी व पार्कर यांनी मांडला. या सिद्धान्तानुसार तबकांच्या एकमेकांच्या अनुरोधाने होणाऱ्या हालचालींमुळेच पृथ्वीवर भूकंपासारख्या घटना घडतात. मात्र तबकांच्या या हालचाली कशामुळे होतात, याचे समाधानकारक उत्तर सापडत नाही.

आज जिथे हिमालय आहे, त्या भागात युरेशियन तबक व भारतीय तबक यांतील सीमावर्ती प्रदेश आहे. जेव्हा जेव्हा भारतीय भू-तबक (इंडियन प्लेट) युरेशियन तबकास ईशान्य आणि उत्तर दिशेस ढकलते, तेव्हा तेव्हा हिमालयात व त्याच्या जवळपास भूपृष्ठाला हादरे बसून भूकंप होतात. हिमालयातील भूकंपांचे आज हेच सर्वमान्य असे स्पष्टीकरण दिले जाते.

वास्तविक हिमालयाची निर्मिती हीच मुळात भारतीय उपखंडाची उत्तरेकडे झालेली हालचाल आणि तिची मध्य मायोसीन कालखंडात युरेशिअन तबकडीशी झालेली टक्कर याचाच परिपाक आहे. भारतीय तबक व ल्हासाचे तबक यांची टक्कर तत्पूर्वी झाली असावी, असेही म्हटले जाते. या दोन्ही तबकांच्या दरम्यान जो विभंग प्रदेश आहे, त्याच्या दक्षिणेकडचा प्रदेश, हिमालयातला मुख्य भूकंपप्रवण प्रदेश आहे. १९०५ चा कांग्रो भूकंप, १९३४ चा बिहारचा भूकंप, १९५० व १९८८मधील आसाम भूकंप व १९९१ चा उत्तर काशीचा भूकंप हे सगळे विनाशकारी भूकंप याच भागात घडले.

भूकंपशास्त्रज्ञांच्या मतानुसार काश्मीर, कुमाऊन, हिमालय व आसाम खोऱ्यांच्या भागात अनेक भूकंप रिक्तस्थाने (सेस्मिक गॅप्स) आहेत. भविष्यात या भागांतच मोठे भूकंप संभवतात.

दि.२९ मार्च १९९९ रोजी उत्तर प्रदेशातील चामोली भागातील ६.८ रिश्टर

स्केलचा भूकंप किंवा अलीकडच्या काळातील हिमालयात झालेले सर्वच भूकंप हे भूपट्ट्यांच्या संघर्षामुळे व युरेशियन तबकावर भारतीय तबक आपटल्यामुळेच झालेले आहेत. भारतीय तबक दरवर्षी ५ सेंटिमीटरच्या वेगाने उत्तरेकडे सरकत आहे. त्यामुळे हिमालय भागात भूकंपाचा धोका सदैव राहणार आहे. जोशीमठ-उत्तर काशीचा प्रदेश तर विवर्तन हालचालींमुळे अधिकाधिक भूकंपप्रवण बनतो आहे.

हिमालय हा अर्वाचीन वलीपर्वत, गाळाच्या, स्तरित खडकांनी बनलेला आहे. त्यामुळे थोड्याशा धक्क्यानेदेखील दरडी कोसळून आणि त्याखाली गावेच्या गावे गाडली जाऊन संहाराचे प्रमाण भयावह बनते. मदतकार्य कारणारी सगळी यंत्रणाच हतबल होऊन जाते आणि निसर्गापुढे माणूस किती नगण्य आहे, ते प्रकर्षाने जाणवते.

❐❐

४. त्सुनामी

भारताची संपूर्ण पूर्व किनारपट्टी ही त्सुनामीप्रवण असली तरी २६ डिसेंबर २००४च्या रविवारी ज्या प्रमाणावर त्सुनामी लाटांनी हाहाकार माजवला तसा अनुभव या किनाऱ्याला यापूर्वी कधी आलेला नाही.

या ८.९ रिश्टर स्केलच्या सागरतळावरील भूकंपाने आणि त्यानंतरच्या त्सुनामी लाटांनी २४ हजारपेक्षा जास्त लोकांचे जीवन संपवले. श्रीलंका, इंडोनेशिया, भारत, थायलंड, मलेशिया इथल्या विस्तृत प्रभावक्षेत्रात या लाटांनी थैमान मांडले. महाराष्ट्राच्या कोकण किनाऱ्यावर मालवण, देवगड, रत्नागिरीच्या समुद्रातही या लाटांचा प्रभाव जाणवला.

इ.स.१९०० नंतरचा हा जगातला सगळ्यांत मोठा चौथा भूकंप ज्यामुळे विध्वंसक त्सुनामी लाटा निर्माण झाल्या. अलीकडच्या काळात १९९१ मध्ये निकाराग्वा इंडोनेशिया इथे, १९९३ मध्ये जपान समुद्रात, १९९४ मध्ये पुन्हा इंडोनेशिया, क्युरील बेटे, अलास्का आणि फिलिपिन्स या सर्व ठिकाणी ६.८ ते ८ रिश्टर स्केलचे भूकंप समुद्रतळावर झाले आणि त्यामुळे १० ते १४ मीटर उंचीच्या सुनामी लाटा तयार झाल्या. २६ डिसेंबर २००४ च्या आधी तमिळनाडूच्या किनाऱ्यावर १८८३ मध्ये अशीच विध्वंसक त्सुनामी लाट आली होती. ही लाट चेन्नई येथे २ मीटर उंच होती. १९४० मध्ये कांडला बंदरात १२ मीटर उंचीची प्रचंड त्सुनामी आल्याची आठवण अनेकजण सांगतात.

त्सुनामी लाटांमुळे झालेल्या प्रचंड मनुष्यहानीमुळे त्सुनामीसारख्या संकटाकडे यापुढे आपल्याला अजिबात दुर्लक्ष करता येणार नाही, हे सिद्ध झाले आहे.

'समुद्रतळावर किंवा समुद्रतळाखाली झालेल्या भूकंपामुळे समुद्रपृष्ठावर तयार होणाऱ्या अति दीर्घ लांबीच्या विध्वंसक लाटा' असा त्सुनामीचा शब्दश: अर्थ आहे!

२६ डिसेंबर २००४ च्या रविवारी सकाळी ६ वाजून २९ मिनिटांनी झालेल्या भूकंपाचे केंद्र इंडोनेशियातील सुमात्राजवळ सागरतळापासून ४० कि.मी. खोलीवर होते. यानंतर तयार झालेल्या लाटा जवळजवळ दोन तासांनी भारताच्या किनाऱ्यावर पोहोचल्या होत्या. तरीही त्या किती विध्वंसक होत्या याचा अंदाज झालेल्या हानीवरून सांगता येतो.

समुद्रतळावर किंवा तळाखाली होणारा भूकंप हे त्सुनामीच्या निर्मितीतले पहिले व महत्त्वाचे कारण मानण्यात येते. मात्र याचबरोबर सागरतळावर होणारे ज्वालामुखीचे उद्रेक किंवा सागरतळावरील उंचसखल प्रदेशात दरड कोसळण्यासारख्या घटनाही त्सुनामीच्या निर्मितीस कारण ठरतात.

एकदा या लाटा भूकंप प्रदेशाजवळच्या समुद्रावर तयार झाल्या की त्या वेगाने आजूबाजूच्या प्रदेशात पसरतात. वाऱ्याचा वेग आणि भूकंपस्थानाचे किनाऱ्यापासून असलेले अंतर यांवर त्सुनामीच्या लाटांची तीव्रता ठरते.

ताशी ८०० कि.मी. च्या वेगाने या लाटा किनाऱ्याकडे सरकू शकतात. किनाऱ्याकडे येताना समुद्रतळाची खोली कमी होत जात असल्यामुळे लाटांचा वेग कमी होतो, पण त्यांची उंची सतत वाढत राहते. त्यामुळे किनाऱ्यावर वीस मीटर किंवा त्याहीपेक्षा जास्त उंचीच्या लाटा येऊन आपटतात. ही सगळी घटना इतकी वेगवान असते, की त्यापासून बचाव करायला किंवा त्याची सूचना द्यायला खूपच कमी अवधी मिळतो.

जगात अशाही घटना घडलेल्या आहेत, की ज्यात त्सुनामी लाटा येऊन गेल्यावर तासाभराने पुन्हा तितक्याच उंचीच्या लाटा त्याच दिवशी त्याच ठिकाणी येऊन किनाऱ्यावर आपटल्या.

बऱ्याच त्सुनामी लाटा पॅसिफिक महासागरात तयार होतात. कारण त्याच्या सीमावर्ती प्रदेशात ज्वालामुखीय बेटे व ज्वालामुखीय चाप, पर्वतरांगा आणि विध्वंसक तबक सीमा आहेत. यास सामान्यपणे पॅसिफिकचे अग्निकंकण म्हटले जाते.

त्सुनामी या भरतीच्या लाटा नाहीत. हवामानातील बदलामुळेही त्या तयार होत नाहीत. त्या खऱ्या अर्थाने भूकंपामुळे तयार झालेल्या सागरी लाटा आहेत.

खोल समुद्रात या लाटांची तरंगलांबी २०० कि.मी. इतकी विस्तृत आणि तरंग–

खोली केवळ काही मीटर इतकी असते. त्यामुळे किनाऱ्यापासून दूर असलेल्या गलबताला किंवा जहाजाला या लाटा जाणवत नाहीत. समुद्रावरून जाणाऱ्या हेलिकॉप्टर्सनाही त्या दिसत नाहीत. मात्र या लाटा जसजशा किनाऱ्यावर येतात तसतशा त्या जाणवू लागतात. अधिकाधिक उंच व विध्वंसक होतात.

त्सुनामी हा शब्द जपानी असून त्याचा अर्थ आहे 'हार्बर वेव्हज्' किंवा 'बंदरातील लाटा'. निर्मितीच्या ठिकाणापासून हजारो मैलांचा प्रवास करणाऱ्या या लाटा प्रचंड विध्वंस ऊर्जेची साठवण करीत किनाऱ्यापर्यंत पोहोचतात आणि किनाऱ्याजवळ मोठी हानी करतात. त्यांच्या आकस्मिकपणे येण्यामुळे किनाऱ्यावरचे गाफील जनजीवन अस्ताव्यस्त व संकटग्रस्त होते.

एका खगोलशास्त्रीय सिद्धान्तानुसार अतिप्राचीन भूशास्त्रीय कालखंडात उल्कापात, धूमकेतू यांच्यामुळेही महासंहारक अशा त्सुनामी लाटा निर्माण झाल्या असाव्यात. आजच्या भूपट्ट सिद्धान्तानुसार, जिथे दोन भूपट्ट एकमेकांजवळ येतात तिथे अधिक जाड व घन भूपट्ट हलक्या भूखंडाखाली जातात व त्यामुळे भूकंप होऊन या लाटा निर्माण होतात. चिली, निकाराग्वा, मेक्सिको, इंडोनेशिया इथे भूपट्ट्यातील क्रिया-प्रक्रियांमुळे गेल्या दशकात अशा लाटा निर्माण झाल्याच्या नोंदी आहेत. एकट्या पॅसिफिकमध्ये १९९२ ते १९९६ या चार वर्षांत १७ त्सुनामी लाटांची निर्मिती झाली.

एकदा भूकंप झाल्यानंतर पुन्हा काही तासांत आणखी भूकंप होऊन या संकटात भर पडत राहते. त्सुनामी लाटांवर वाऱ्याचा पडणारा प्रभाव वरच्या केवळ काही मीटरमध्येच राहतो. खूप खोलवर ही लाट खूपच विध्वंसक स्वरूपाची असते. या लाटा वेगवान असल्यामुळे त्यांची विध्वंस ऊर्जा कमी होण्याचे प्रमाण खूपच कमी असते.

त्सुनामींचा किनाऱ्यावर होणारा परिणाम ही एक विलक्षण घटना आहे. त्सुनामी येण्याच्या आधी काही ठिकाणी किनाऱ्यावरचे समुद्राचे पाणी आकस्मिकपणे ओहोटीसारखे झपाट्याने खाली जाते आणि काही वेळातच जोमाने परत त्याच्या पूर्वस्थानी येते.

नेहमीच्या समुद्रलाटांसारख्या त्सुनामी लाटा अंतर्वक्र अशा वाकून फुटत नाहीत. त्सुनामीच्या तडाख्यातून वाचलेल्यांनी केलेल्या वर्णनानुसार या लाटा भिंतीसारख्या उंचच उंच वाढत जाऊन क्षणार्धात सगळ्या प्रदेशावर पाण्याची पातळी वाढते.

त्सुनामींचा परिणाम सर्वत्र एकसारखा दिसतो. प्रचंड वृक्ष एखाद्या लहान झाडासारखे तुटून पडतात, तटरक्षक भिंती अक्षरश: वाहून जातात, किनाऱ्यावरील

दीपगृहे, बंदरे, धक्के, इमारती जमीनदोस्त होतात.

किनाऱ्याजवळच्या सागरतळाची रचना व किनाऱ्याची रचना यांचा त्सुनामी लाटांच्या उंचीवर मोठाच परिणाम होतो. कोकणासारख्या खडकाळ व भूशिरांनी युक्त किनाऱ्यावर पूर्वेकडच्या सपाट किनाऱ्यापेक्षा या लाटांचा कमी प्रभाव पडतो. किनाऱ्यावर अरुंद नदीपात्रे व खोल घळी असल्यास त्सुनामी लाटांचे पाणी एखाद्या भिंतीसारखे नदीत घुसते.

या आपत्तीच्या पूर्वसूचनेबाबत आपल्याकडे फारशी प्रभावी यंत्रणा नाही. जगात इतरत्र ही यंत्रणा खूपच कार्यक्षम व परिणामकारक आहे. होनोलुलू इथे 'पॅसिफिक त्सुनामी वॉर्निंग सिस्टिम' ही पॅसिफिकमधल्या सर्व त्सुनामींबाबत पूर्वसूचना देण्याचे काम करते. या यंत्रणेचे एकूण २६ देश सभासद आहेत. या यंत्रणेमार्फत, पॅसिफिक महासागर प्रदेशातील त्सुनामीनजीक भूकंपांचे अनुमान करणे, या प्रदेशातील भूकंपमापन यंत्रे व भरती-ओहोटी मापन केंद्रे यांचे नियंत्रण करणे इत्यादी कामे केली जातात. 'नोआ' या नॅशनल वेदर सर्व्हिसमार्फत दोन त्सुनामी सूचना केंद्रे नियंत्रित केली जातात. 'अलास्का त्सुनामी वॉर्निंग सेंटर' हे अलास्का, कोलंबिया, वॉशिंग्टन, ऑरेगॉन यांसाठी त्सुनामी पूर्वसूचनांचे प्रभावी काम करते.

❏❏

५. पृथ्वीचे बदलते हवामान

पृथ्वीवर वातावरणाची निर्मिती झाल्यापासूनच अनेकवेळा हवामानात लहानमोठे बदल घडून आले आहेत. हे बदल संख्येने आणि तीव्रतेने खूपच जास्त होते असे उपलब्ध नोंदी व पुराव्यावरून लक्षात येते. अजूनही हे बदल वेगवेगळ्या प्रमाणावर व कमी-अधिक वेगाने, पृथ्वीवर होतच आहेत.

या हवामानबदलांनी पृथ्वीवरील नद्या, वनस्पती, समुद्र आणि मानवी जीवनावर दूरगामी परिणाम घडवून आणलाय. गेल्या वीस हजार वर्षांतच, पृथ्वीवरच्या हिमआवरणाचे प्रमाण तेहतीस टक्क्यांनी कमी झाले आहे, समुद्राची पातळी शंभर मीटर्सनी सर्वत्र उंचावली आहे. बर्फाच्या आवरणाचा दाब कमी झाल्यामुळे त्या खालच्या भूपृष्ठाची उंची वाढली आहे. वनस्पती आणि अरण्यप्रदेशांचे विषुववृत्तापासून ध्रुवापर्यंतच्या अक्षांशात अनेक वेळा स्थानबदल व आंदोलन झाले आहे. जगभरातील अनेक सरोवरांत पाण्याचे प्रमाण वारंवार कमी-जास्त झाले आहे. वाळवंटी प्रदेशांचा विस्तार वाढलाय आणि कमीही झालाय. अनेक सस्तन प्राण्यांचा 'प्लाइस्टोसीन ओव्हर किल' या नावाने ओळखल्या जाणाऱ्या आपत्तीत बळी गेलाय.

आजही जगभरात चालू असलेल्या हवामानबदलांमुळे विविध जलाशयांतील मत्स्य जीवांचे वितरण बदलते आहे. हिमनद्या व हिमक्षेत्रातील बर्फाचे प्रमाण कमी-जास्त होते आहे. अनेक नदीखोऱ्यांत पूरपस्थिती निर्माण होतेय, तापमानात वाढ

होतेय तर शेतीप्रधान देशात शेतीचे वेळापत्रक कोलमडते आहे. आधुनिक काळातील हवामानबदल हा मानव आणि निसर्ग यांमधील बदलेल्या किंवा बिघडलेल्या संतुलनाचा परिपाक असल्याचे आज स्पष्ट झाले आहे.

आपल्या आजूबाजूचे पर्यावरण लक्षणीय वेगाने बदलते आहे. गेल्या काही वर्षांतल्या, विशेषत: विसाव्या शतकाच्या उत्तरार्धातल्या घटना पाहता, हवामानबदलाची प्रक्रिया तीव्र होऊन बदलाचा वेगही खूपच वाढल्याचे जाणवते आहे.

अतिवृष्टी, पूर, भूमिपात, उन्हाळ्याची वाढती तीव्रता, नदीपात्रातील गाळाचे वाढते प्रमाण, विध्वंसक बदलांची वाढती संख्या, भूजलाची खाली जाणारी पातळी आणि समुद्रकिनाऱ्यावर जाणवणारे समुद्राचे वाढते आक्रमण या कोणाच्याही सहजपणे लक्षात याव्यात अशा घटना आहेत.

काही घटना मात्र थोड्याशा काळजीपूर्वक अभ्यासानंतर व निरीक्षणानंतरच लक्षात येत आहेत. आर्क्टिक व अंटार्क्टिक तसेच ग्रीनलंड प्रदेशातील समुद्रावरील बर्फाची कमी होणारी जाडी, महासागर, आखाते व उपसागर यांतील जलचरांच्या संख्येत होणारे बदल, त्यांच्या नष्ट होणाऱ्या जाती, प्रजाती, वाळवंटे व अरण्यप्रदेशांच्या बदलत्या सीमा, वनस्पतींचे झपाट्याने बदलणारे साहचर्य, या घटना हवामानबदलाच्या सूचक म्हणून ओळखल्या जातात.

विसाव्या शतकाच्या उत्तरार्धात व एकविसाव्या शतकाच्या सुरुवातीस, जगभराच्या हवामानात व पर्जन्यमानात बदल होत असल्याचे स्पष्टपणे जाणवू लागले आहे. 'हवामान' या सर्वव्यापी घटकाचा परिणाम इतर छोट्या-मोठ्या घटनांवर होणार हे गृहीत धरले तरी माणसाच्या विविध क्रिया-प्रक्रियांमुळे बदलांना चालना मिळते आहे हे नाकारून चालणार नाही.

हवामानात व पर्यायाने पर्यावरणात झालेले बदल समजून घेण्याची एवढी निकड का याची काही कारणे आहेत. आजच्या वातावरणाशी व हवामानाशी विसंगत वाटणाऱ्या घटना, वृक्ष, प्राणी, त्यांच्या प्रवृत्ती, अस्तित्वासाठी अनुकूल नसणाऱ्या परिस्थितीतही जिवंत राहण्याची त्यांची धडपड यांची अजूनही समाधानकारकपणे न मिळालेली उत्तरे हे यातले महत्त्वाचे कारण आहे.

कालनिर्णयपद्धती, अचूक निरीक्षणे व मोजमाप यांमुळे हवामानबदलांच्या संदर्भात भरपूर आकडेवारी आता उपलब्ध होत आहे. या वाढत्या माहितीमुळे व भविष्यातील धोक्याची जाणीव होऊ लागल्यामुळे वैज्ञानिक आणि सामान्य माणूसही थोडा भांबावून गेला आहे हे निश्चित !

आजच्या विषववृत्तीय प्रदेशात ३५ ते २५ कोटी वर्षांपूर्वी हिमनद्या असल्याचे आज नक्की पुरावे उपलब्ध आहेत. २० ते १० कोटी वर्षांपूर्वी पृथ्वीवर सर्वत्र सारख्याच प्रकारचे हवामान असावे व तापमान आजच्यापेक्षा थोडे जास्त असावे असे संकेत मिळत आहेत. या काळात बहुतांशी भूखंडे ही एकत्र होती.

त्या नंतरच्या काळात पृथ्वीवरील भूखंडाच्या हालचालीमुळे प्रत्येक ठिकाणच्या वातावरणात व हवामानात बदल घडत गेले. पृथ्वीवर हिमयुगे अवतरली. ही हिमयुगे दोन ते अडीच कोटी एवढ्या दीर्घ कालखंडाची होती. हिमयुगांच्या दरम्यान असलेला आंतरहिमानी कालखंड साधारणपणे पन्नास हजार वर्षे इतक्या काळाचा होता. या दोन्हींचा पृथ्वीवरील हवामानबदलास फार मोठा हातभार लागलेला होता.

हिमयुगाच्या काळात पृथ्वीवरील मोठ्या प्रदेशावर बर्फाचे जाड आवरण होते. तापमान थंड होते आणि समुद्राची पातळी आजच्यापेक्षा खूपच खाली होती. पृथ्वीवरील विविध ठिकाणचे हवामान याच तीन गोष्टींवर ठरत होते.

आंतरहिमानी कालखंडात हिम वितळून, बर्फाचे आवरण कमी झाले होते. समुद्राच्या पातळीत सर्वत्र वाढ झाली होती. हवेचे तापमानही वाढले होते.

साधारणपणे पंधरा हजार ते तीस हजार वर्षांपूर्वी उत्तर अमेरिकेचा बहुतांश प्रदेश हिमस्तरांनी झाकलेला होता. चौदा हजार वर्षांपूर्वी पृथ्वीवरील अवशिष्ट हिमस्तर वेगाने वितळायला सुरुवात झाली. सातहजार वर्षांपूर्वीपर्यंत बरेच मोठे हिमस्तर वितळून गेले होते. हिमयुगांची ही अखेर हेच पृथ्वीवरच्या हवामानबदलाचे महत्त्वाचे कारण असल्याचे मानण्यात येते. हवेच्या वाढलेल्या तापमानामुळे अनेक वनस्पती व प्राण्यांचा विनाश याच दरम्यान झाला.

१४ व्या शतकाच्या सुरुवातीला लघुहिमयुगाची सुरुवात झाली, असे मानण्यात येते. निरनिराळ्या ठिकाणी, ही सुरुवात वेगवेगळ्या शतकात झाली असावी असे संकेत मिळतात. हे हिमयुग अनेक शतके अस्तित्वात होते. यावेळी पुन्हा एकदा पृथ्वीच्या तापमानात मोठ्या प्रमाणावर घट झाली.

आज जगात अनेक ठिकाणी, शिल्लक असलेल्या हिमनद्या वितळत आहेत. सतत वाढणाऱ्या तापमानाचा हा एक दृष्य परिणाम आहे. समुद्रपातळीत जगभरात वाढ होत असून गेल्या शंभर वर्षांत समुद्रपातळी १५ ते २० सेंमी नी वाढली असल्याचे आढळते.

पृथ्वीवरच्या हवामानबदलाची खात्री करण्यासाठी हवामानसंबंधीच्या अनेक घटकांच्या नोंदी सातत्याने करणे आवश्यक असते. यासाठी जगभरात हवामान नोंदकेंद्रांचे जाळेच तयार करण्यात आलेय. या केंद्रावर विशेष तापमापक वापरून

तापमानाची नोंद केली जाते. वाऱ्याचा वेग, दिशा, पर्जन्यमान यांचीही नोंद ठेवली जाते. हवामान फुगे म्हणजेच वेदर बलून्स वापरून वातावरणाच्या वरच्या थरातील हवामानघटकांच्या नोंदी केल्या जातात. आजच्या प्रगत तंत्रज्ञानाच्या युगात, मुद्दाम प्रक्षेपित केलेल्या हवामान उपग्रहाद्वारे हवेच्या विविध घटकांबद्दलच्या माहितीचे संकलन रोजच्या रोज केले जाते.

काही शास्त्रज्ञ हवामानबदलाची भूशास्त्रीय काळापासून आधुनिक काळापर्यंतची माहिती मिळवण्यासाठी हिमक्षेत्रात व हिमनद्यात कोअर्स घेऊन व बर्फात अडकलेल्या हवेच्या बुडबुड्यांचा अभ्यास करून प्राचीन काळच्या हवामानाचा अभ्यास करतात. दीड ते दोन लक्ष वर्षांपूर्वी पृथ्वीवर असलेल्या हवामानाविषयी अचूक माहिती यातून मिळू शकते. याचबरोबर समुद्रपातळावरील गाळाचे विश्लेषण, परागकणांचे परीक्षण व त्यावरून प्राचीन काळातील वनस्पतीबद्दलची माहिती आणि ही वनस्पती ज्या हवामानात वाढू शकेल त्या हवामानाच्या अस्तित्वाबद्दलचे आडाखे बांधता येतात.

भूशास्त्रीय काळापासून पृथ्वीवर होणाऱ्या हवामानबदलामागची विविध कारणे सांगण्यात येतात. सूर्यावरील डागांच्या संख्येत होणारे बदल आणि पृथ्वीवरचे हवामान यात निश्चित संबंध आहे असे अनेक शास्त्रज्ञांना वाटते. सूर्य आणि पृथ्वी यांच्या दरम्यान असलेली आंतरग्रहीय धूळ, सूर्यापासून पृथ्वीकडे येणाऱ्या ऊर्जेत मोठा अडथळा निर्माण करू शकते त्यामुळे या धुळीच्या प्रमाणानुसार पृथ्वीवरचे हवामान बदलते असेही काही शास्त्रज्ञांना वाटते.

पृथ्वीचे चुंबकत्व आणि पृथ्वीवरील वातावरणाचे तापमान यांतही संबंध आहे. चुंबकत्वाची तीव्रता जेव्हा वाढते, तेव्हा पृथ्वीवरील तापमानात घट होते असेही आढळून आलेय. काहींच्या मते, जेव्हा सूर्याचा भासमान मार्ग व आकाशगोलाचे विषुववृत्त यांतील कोन बदलतो तेव्हाही पृथ्वीवर हवामान बदल होतात.

आणखी काही मतप्रवाहानुसार, पृथ्वीवर जेव्हा मोठे ज्वालामुखीय उद्रेक झाले तेव्हा वातावरणात पसरलेल्या धूळ व राखेमुळे सूर्याची ऊर्जा पृथ्वीवर पोहोचताना अडथळा निर्माण झाला व पृथ्वीचे तापमान कमी झाले. जेव्हा जेव्हा अशा उद्रेकात खंड पडले तेव्हा तेव्हा पृथ्वीचे तापमान वाढल्याच्याही नोंदी आहेत.

अलीकडच्या काळात मात्र हवामानबदलास कारणीभूत ठरणारा महत्त्वाचा घटक म्हणजे मनुष्यप्राणीच आहे. वातावरणाची प्रत बदलून टाकणाऱ्या अनेक मानवी क्रिया-प्रक्रियांचा तो एक अटळ असा परिणाम आहे. कोळसा व खनिज तेलाचा अतिरिक्त वापर, नागरीकरण व स्थानिक पातळीवर तयार होणारी नागरी उष्णतावृद्धी ठिकाणे, वातावरणात वाढणारे कार्बन डाय ऑक्साइडचे प्रमाण, हवेचे प्रदूषण,

त्याचा उष्णता विकिरणावर व शोषणावर होत असलेला परिणाम, मेघनिर्मितिप्रक्रियेत येणारे अडथळे ह्या सर्व गोष्टींमुळे पृथ्वीचे हवामान दिवसेंदिवस जास्तच वेगाने बदलू लागले आहे.

आज शास्त्रज्ञांना खात्री आहे की, पूर्वी हवामानात जे बदल झाले ते पूर्णपणे नैसर्गिक स्वरूपाचे होते. पण अलीकडचे सर्व हवामानबदल हे प्रामुख्याने औद्योगिक क्रांतीनंतरचे आहेत आणि गेल्या दोनशे वर्षांपासून त्यांचा परिणामही जाणवतोय.

जागतिक तापमान वृद्धी (ग्लोबल वॉर्मिंग), हा आधुनिक काळातला मुख्य हवामानबदल आहे. वातावरणात वाढलेला कार्बन डाय ऑक्साइड, दीर्घ तरंग सौरप्रारणाचे शोषण करतो आणि त्यामुळे तापमानात वाढ होते. २१ व्या शतकाच्या मध्यापर्यंत, पृथ्वीच्या तापमानात ३ ते ४ अंश सेल्शिअसनी वाढ होईल. या तापमानवृद्धीचे खूप दूरगामी परिणाम होतील. जास्त उंचीवरील जेट प्रवाह दुर्बल होतील आणि वारे यांच्या दिशा बदलतील, वृष्टीचे प्रमाण कमी होईल, बरीचशी वृष्टी केवळ पाऊस या स्वरूपातच होईल, हिमवृष्टीचे प्रमाण घटेल, पुरांची संख्या व तीव्रता वाढेल, दुष्काळी परिस्थितीत वाढ होईल, उन्हाळ्यात वादळांचे प्रमाण वाढेल, सागरपातळी दर वर्षी २० ते ४० मिलीमीटरने वाढेल, किनारी प्रदेशातील भूजल अधिक खारट होईल, ध्रुवीय प्रदेशातील बर्फ पूर्णपणे वितळेल आणि उष्ण कटिबंधीय प्रदेशात शेती उत्पन्न मोठ्या प्रमाणावर घटेल.

हवामान बदलांसंबंधीचे भविष्यातील चित्र अनेक शास्त्रज्ञांच्या मते, खूपच निराशाजनक आहे. काही जणांच्या मते आपण एका नवीन हिमयुगाच्या उंबरठ्यावर उभे आहेत. हे हिमयुग कदाचित एकाएकी निर्माण होईल आणि पृथ्वीवरच्या हवामानाचे सगळे संतुलन पूर्णपणे बिघडून जाईल !

❑❑

६. वितळणाऱ्या हिमनद्या

हिमनद्या वितळून त्यांचे आकुंचन होणे ही एक नवीन नैसर्गिक पर्यावरणसमस्या आहे. ही घटना हिमालयापुरतीच मर्यादित नसून जगातील बहुतेक हिमनद्यांमध्ये ही प्रवृत्ती आढळून आली आहे. यातील काळजीचा भाग असा आहे की, बर्फ वितळण्याचा वेग गेल्या काही वर्षांत झपाट्याने वाढतो आहे. सर्वच नद्यांचे आकुंचन होत नसून काही हिमनद्या मंद गतीने पुढे सरकत आहेत, असेही नवीन संशोधन दर्शविते. मात्र यांची संख्या खूपच कमी आहे.

पृथ्वीवरील ध्रुवप्रदेश वगळता, हिमनद्यांनी व्याप्त असे सर्वात मोठे क्षेत्र केवळ हिमालयातच आहे. इथल्या हिमनद्यांची लांबीसुद्धा जगातील इतर हिमनद्यांच्या लांबीपेक्षा जास्त आहे. इथल्या हिमक्षेत्राने सुमारे चाळीस हजार चौरस किलोमीटर इतके क्षेत्र व्यापलेले आहे. हिमालयातल्या हिमक्षेत्रांचा व हिमनद्यांचा अभ्यास गेली अनेक वर्षे भारतीय भूगर्भ सर्वेक्षण संस्था, भूरूपशास्त्रज्ञ आणि हवामानशास्त्रज्ञ करीत आहेत.

विशाल हिमालय आणि काराकोरम या दोन पर्वतरांगांत बऱ्याच हिमनद्या आहेत. गंगा, यमुना, गंडक आदी नद्यांना त्यांपासून पाणी मिळते. सियाचीन *(लांबी ७० किलोमीटर)*, बाल्टोरो *(लांबी ६० किलोमीटर)*, हिस्पार *(६२ किलोमीटर)* या हिमनद्या काराकोरम पर्वतात आहेत. कुमाऊ हिमालयातील गंगोत्री हिमनदी

२६ किलोमीटर लांब व तीन किलोमीटर रुंद आहे. इथेच केदारनाथ ही हिमनदी १९ किलोमीटर लांबीची आहे. या सर्व हिमनद्या कमी-अधिक वेगाने वाहतात. त्यांचा वेग चोवीस तासांत सात सेंटिमीटरपासून तेरा सेंटिमीटरपर्यंत आढळतो.

दोन दशलक्ष वर्षांपूर्वी या भागात हिमयुग होते. त्यावेळी हिमनद्या खूपच कमी उंचीपर्यंत वाहत आल्या असाव्यात. आज हिमालयात आढळणाऱ्या सर्व हिमनद्या यापूर्वीच्या हिमनद्यांचे अवशेष आहेत. पूर्वीचे हिमक्षयित भाग आजही इथे आढळतात. अत्युच्च उंचीवरचे हिमोढ *(मोरेन्स)*, हिमगव्हरे *(सर्क)* व प्राचीन हिमानी सरोवरे *(टार्न)* या गोष्टी पूर्वीच्या हिमनद्यांची जाणीव करून देतात.

जेफ कारगेल या अमेरिकी भूविज्ञान सर्वेक्षण संस्थेतील शास्त्रज्ञांच्या मतानुसार हिमालयातील हिमनद्या धोकादायक गतीने क्षय पावत आहेत. हिमालयप्रदेशाची हवाई छायाचित्रे, उपग्रह प्रतिमा व हिमनद्या यांसंबंधी उपलब्ध सर्व पुराव्यांच्या आधारावर त्यांचे हे संशोधन मांडण्यात आले आहे.

हिमालयातील हिमनद्यांच्या पृष्ठभागावर झपाट्याने निर्माण होत असलेली हिमसरोवरे *(ग्लेसिअल लेक्स)* हा त्याचाच परिपाक आहे, असा कारगेल यांचा दावा आहे. कारगेल हे ग्लिम्स *(ग्लोबल लँड आइस मॅनेजमेंट फ्रॉम स्पेस)* या आंतरराष्ट्रीय प्रकल्पाचे संयोजक असून ते म्हणतात की, हिमसरोवरात सूर्यकिरणांमुळे मिळणारी उष्णता शोषली जाते व सरोवराच्या तळभागावरील बर्फापर्यंत पोहोचविली जाते. त्यामुळे बर्फ वितळण्याची क्रिया जास्तच वेगाने होते. हिमालयातील उष्णतामानात शतकाच्या अखेरीस १.५ ते ५.८ अंश सेल्सिअस इतकी वाढ होऊन इथल्या हिमनद्यांचे आणखी आकुंचन होण्याची शक्यता आहे. सध्या हिमालयातील पिंडोरी ही हिमनदी दरवर्षी तेरा मीटर तर गंगोत्री तीस मीटर वेगाने मागे हटते आहे.

कारगेल यांच्या संशोधनानुसार, गंगा-यमुनेच्या खोऱ्यातील एकूण पाण्याच्या एक टक्का पाणी हिमनद्या वितळून मिळते आहे. हे प्रमाण हळूहळू वाढत जाऊन कालांतराने हिमनद्या संपूर्णपणे नष्ट होतील. हिमनद्या वितळण्याचा परिणाम नेहमीच नकारात्मक होईल असे नाही. ज्या भागातून त्या नष्ट होतील तेथील जमिनी विविध वापरांसाठी उपलब्ध होतील. हिमनद्या वितळल्यामुळे होणाऱ्या फायद्यातोट्याचे एकूण नेमके गणित आज करता येत नसले तरी त्यामुळे तोटे जास्त संभवतात, असे संशोधकांना वाटत आहे.

ग्लिम्स या प्रकल्पाचा उद्देश या संकटाची जाणीव करून देणे व त्यावर मात करण्यासाठी योजना सुचविणे असा आहे. त्यासाठी अस्ट *(अॅडव्हान्स स्पेसबोर्न थर्मल एमिशन अँड रिफ्लेक्शन रेडिओमीटर)* या टेरा अवकाशयानावरील

उपकरणामार्फत मिळणाऱ्या विस्तृत सांख्यिकीचा उपयोग केला जात आहे.

हिमालयातील हिमनद्यांचा अभ्यास अनेक दृष्टींनी कठीण आहे. इथल्या हिमनद्यांवर हिमगाळाचे जाड आवरण आहे. त्यामुळे उपग्रह छायाचित्रांवर पूर्णपणे विसंबून न राहता प्रत्यक्ष हिमक्षेत्रात फिरून प्रतिमांची सत्यता पडताळावी लागते. इथल्या हिमनद्या या हवामानबदलाच्या उत्तम निर्देशक मानण्यात येतात. त्यांचे आकुंचन-प्रसरण हे तापमान व हिमवृष्टीतील बदलांशी अत्युच्च दर्जाचे संतुलन साधून होत असते. हिमालयात वुर्म या शेवटच्या हिमयुगात, हिमनद्यांचा विस्तार सर्वाधिक होता. गेल्या वीस वर्षांत हिमालयात एक ते दोन अंशांनी तापमानात झालेली वाढ व उन्हाळ्यातील वृष्टीतील घट यामुळे हिमनद्या वेगाने आकुंचन पावत आहेत. इथल्या हिमप्रदेशातील हिमोढ बंदिस्त सरोवरे खूपच अस्थिर असतात. ती वारंवार फुटतात व महापुरांना आमंत्रण देतात. लांगमोचे या कुंभू हिमालयातील नदीखोऱ्यात १९८५मध्ये आलेल्या विध्वंसक पुरामागचे कारण हेच होते.

सध्या कुंभू हिमालयातच इम्जा या हिमनदीवर ज्या वेगाने हिमसरोवरे तयार होत आहे, ते पाहता नजीकच्या भविष्यात इथे पुराचा फार मोठा धोका संभवतो. हिमनद्यांच्या या आकुंचनामुळे भविष्यात शेती, पाणीपुरवठा, जलविद्युत्शक्ती यावर दूरगामी परिणाम होतील. किनारी प्रदेशावरही हे परिणाम जाणवतील. हिम वितळल्यामुळे गंगा-यमुनेतील पाण्याचे प्रमाण वाढून पाण्याचा प्रश्न निश्चितच सुटेल, पण फारच कमी काळासाठी.

❑❑

७. जागतिक हवामान बदलाची नांदी

आर्क्टिक व अंटार्क्टिक या ध्रुवीय प्रदेशात, बर्फाच्या आवरणात झपाट्याने बदल होऊ लागलेत. आर्क्टिक महासागरातील बर्फ वितळून तिथले हिमक्षेत्र कमी होतेय, तर अंटार्क्टिक खंडावर काही ठिकाणी हिमक्षेत्राची जाडी वाढतेय. गेल्या ४० वर्षांपासून हिमक्षेत्रातील बदलाची ही वृत्ती उपग्रहतंत्रज्ञानामुळे सहजपणे लक्षात येऊ लागली आहे.

या घटना अशाच घडत राहिल्या, तर ध्रुवीय हवामानावर आणि पर्यायाने संपूर्ण पृथ्वीच्या हवामानावर त्याचा दूरगामी परिणाम होण्याची शक्यता आहे. कारण दोन्ही ध्रुवप्रदेशांकडून इतरत्र पसरणारे हिमनग व वितळलेले बर्फ खूप दूरवरच्या महासागरापर्यंत पसरते. समुद्रपृष्ठावरील हिमस्तरावरून सूर्याच्या ऊर्जेचे खूप मोठ्या प्रमाणावर परावर्तन होते. त्यामुळे समुद्राचे हवामानापासून संरक्षण होते व याचा पृथ्वीवरच्या संपूर्ण हवामान प्रक्रियेवर परिणाम होतो.

या हिमक्षेत्र व हिमावरण बदलाचे नेमके कोणते परिणाम जागतिक समुद्रपातळीवर व हवामानावर होतील, हे आज अचूकपणे सांगणे अवघड आहे.

ध्रुवीय प्रदेशातील हिमक्षेत्रे ही अतिमंद गतीने कमी होत आहेत, त्यामुळे त्यांच्याबाबतीत 'स्थिर स्थिती' सिद्धान्त अनेक वर्षांपर्यंत वैज्ञानिकांच्या मनात पक्का झालेला होता. सध्याचा हिमक्षेत्रातील बदलाचा जलद वेग पाहता, हा सिद्धान्त आता सोडून देण्याची वेळ आली आहे.

दूरसंवेदनतंत्रामुळे, विशेषत: अलीकडच्या मोदिस *(MODIS - मॉडरेट रिझोल्यूशन इमेजिंग स्पेक्ट्रोरेडिओमीटर)* उपग्रहामुळे व इन्सार *(INSAR)* *(इंटरफेरोमेट्रिक सिंथेटिक ॲपरचर रडार)* या रडार यंत्रणेमुळे ध्रुवीय प्रदेशांच्या विस्तृत क्षेत्रप्रतिमा मिळू लागल्या आहेत. त्यामुळे या बदलांचा अभ्यास संपूर्ण ध्रुवप्रदेशाच्या संदर्भात करणे शक्य झाले आहे.

ग्रीनलँड व अंटार्क्टिकावरील हिमबदलांचा अभ्यास जागतिक समुद्रपातळी व हवामानबदलाच्या संदर्भात आता अगदी ऐरणीवर आला आहे. 'बर्फ, ढग व भूपृष्ठ उंची' उपग्रह *(आइस, क्लाऊड, लँड एलेव्हेशन सॅटेलाइट)*, गुरुत्वपुनर्प्राप्ती *(ग्रॅव्हिटी रिकव्हरी)*, क्लायमॅप व क्रायोसॅट मिशन अशा बहुविध यंत्रणांचा वापर करून हिमक्षेत्रातील बदल, त्यांची जाडी, विलयनवेग, हिममंचाची अस्थिरता *(आइस शेल्फ इन्स्टॅबिलिटी)* अशा घटनांचा सविस्तर अभ्यास आता सुरू झालाय.

आज ग्रीनलँड व अंटार्क्टिका येथील हिमक्षेत्रात इतके बर्फ आहे, की ते विरघळले, तर जागतिक समुद्रपातळी ७० मीटरने वाढेल. आज जगभरात समुद्रपातळी दरवर्षी १.७ मिलिमीटर या वेगाने वाढते आहे. हा वेग एकदम वाढेल. ग्रीनलँडच्या किनारपट्टीवरचा बर्फाचा थर पातळ होऊ लागला असून, तिथल्या वितळलेल्या बर्फामुळे जागतिक समुद्रपातळीत ०.१३ मिलिमीटर या दराने वाढ होऊ लागल्याचे पुरावे आढळले आहेत.

ग्रीनलँडमधील बर्फ वितळण्याचे कारण हे उबदार होणारे उन्हाळे, हेच एकमेव नसून, हिमक्षेत्रातील हिमनद्यांच्या तळभागातून व भेगातून झिरपणारे पाणी, हेही एक मोठे कारण असल्याचे नुकतेच लक्षात आले आहे.

अंटार्क्टिकावरील बर्फाच्या प्रमाणातही वाढत होत नसून, घटच होते आहे आणि याचेही कारण हे हिमक्षेत्रातील भेगातून *(क्रिव्हॅसिस)* तळभागाकडे जाणारे पाणी व त्यामुळे होणारी हिममंचाची हालचाल, हेच असावे, असे उपग्रहप्रतिमांवरून लक्षात येऊ लागले आहे. अंटार्क्टिकावरील बर्फाचा थर खूप जाड, दुर्गम व सध्याच्या उपग्रहांच्या कक्षेत पूर्णपणे न येणारा असल्यामुळे इथे बर्फाची झीज होत नाही, असे वरकरणी वाटते.

पश्चिम अंटार्क्टिक प्रदेशातील हिमक्षेत्राची जाडी वाढते आहे, तर उत्तर अंटार्क्टिकच्या किनाऱ्यावर ती अतिजलद गतीने कमी होतेय. इथे हिमक्षेत्र कमी होण्याचा दर, दर वर्षी ६५ घन किमी असल्याचे लक्षात आलेय.

अमुंडसेन उपसागर प्रदेशातही हीच परिस्थिती असल्याचे रडार अल्टीमेट्री तंत्रामुळे लक्षात आले आहे. हिममंचांच्या तळभागाचे विलयन, हे या भागात अपेक्षेपेक्षा

खूप जास्त आहे. खंडावरचे तुलनेने जास्त उष्ण असलेले पाणी, हिमक्षेत्रातील भेगांतून आत झिरपल्यामुळे हिममंचांचे तळभाग निसटून समुद्राच्या दिशेने सरकू लागले आहेत. त्यामुळे सर्वत्र हिमनगांची संख्याही लक्षणीयरीत्या वाढते आहे.

अंटार्क्टिकच्या द्वीपकल्पीय भागाचे तापमान गेल्या पन्नास वर्षांत २ ते ३ अंश सेल्सियसने वाढले आहे. त्याचा परिणाम आता दिसू लागला आहे. द्वीपकल्पीय किनाऱ्यावरचे हिममंच झपाट्याने, मूळ हिमक्षेत्रापासून सुटू लागले आहेत. त्यांच्या सुटण्यामुळे आजूबाजूच्या विस्तृत महासागरात हिमनगांचे प्रमाण वाढून, ते वितळून जागतिक समुद्रपातळीत वेगाने वाढ होण्याची शक्यता शास्त्रज्ञांनी वर्तविली आहे.

लार्सेन बी व विल्किन्स इथले अंटार्क्टिक हिममंच पूर्णपणे वितळले असून, चार ते साडेचार हजार चौ.कि.मी. हिमक्षेत्र समुद्राकडे सरकले आहे. यामुळे इथली किनारपट्टी ३५ किलोमीटरने मागे सरकली आहे.

हिममंचावर, तापमानातील थोड्याशा वाढीमुळे विलयन जलाशये *(मेल्ट वॉटर पाँड्स)* तयार झालीत. फेब्रुवारी २००२ पासून चार हजार चौ.कि.मी.पेक्षा जास्त प्रदेश सुटून वॅडन समुद्रात घुसला आहे.

लार्सेन बी हिममंच हा शेवटच्या हिमयुगाच्या अखेरीपासून म्हणजे १२ हजार वर्षांपासूनच अंटार्क्टिक द्वीपकल्पावर आहे. गेल्या चारशे वर्षांपूर्वीपर्यंत तो त्याच्या मूळ आकारात शिल्लक होता, मात्र अलीकडच्या काही वर्षांत या २२० मीटर जाडीच्या हिममंचाचे ६० टक्के प्रदेशात विलयन झाले आहे. वातावरणाच्या तापमानात दर १० वर्षांत ०.५ अंशांनी झालेली वाढ, हे या घटनेमागचे मुख्य कारण असावे, असे शास्त्रज्ञांना वाटते. हिममंच तुटण्याची घटना ही अंटार्क्टिक प्रदेशातील सलग हिमक्षेत्रात घट होण्याची नांदी आहे. तुटलेल्या हिममंचाचे अनेक हिमनगांत विभाजन होऊ लागले आहे. इतर महासागरप्रदेशात ते वाहात जात आहेत. जागतिक हवामानबदलाचा वेग भविष्यात वाढण्यामागचे ते मुख्य कारण असल्यामुळे अधिक काळजीचे आहे, हे मात्र नक्की !

❐❐

८. सागरपातळीतील विश्वव्यापी बदल

मागच्या वर्षी आणि त्याच्या आधीच्या वर्षापासूनच कोकणकिनाऱ्यावर, पावसाळ्यात किनाऱ्यांची प्रचंड धूप, गावांना पाण्याचा वेढा, किनाऱ्यावरील वस्त्यांतून समुद्राचे पाणी घुसणे - यांसारख्या घटना वारंवार घडू लागल्या आहेत.

या घटना एकाएकी घडणाऱ्या नाहीत. फक्त पावसाळ्यात त्या प्रकर्षाने जाणवतात; कारण या वेळी नद्यांचे पाणी, भरतीच्या वेळी समुद्रात ज्या पद्धतीने वाहून जायला पाहिजे तसे जात नाही. गेल्या काही वर्षांपासूनच कोकणातील नद्यांची पात्रे गाळाने भरून जात आहेत. उथळ होणारी पात्रे आणि सर्वत्र संथ गतीने उंचावणारी सागरपातळी यांचा पूर व किनाऱ्यांची धूप हा दृश्य परिणाम आहे. महाराष्ट्राच्या डोंगराळ किनाऱ्यांवर हा परिणाम तितकासा जाणवत नाही; पण भारताच्या इतर सपाट मैदानी किनाऱ्यांवर याचा धोका अधिक आहे. सागरपातळीच्या वाढण्यामुळे भविष्यात जेथे खूप मोठा धोका संभवतो असा भारताचा भाग म्हणजे भारताचा पूर्व किनारा आणि पश्चिम किनाऱ्यावरील सौराष्ट्र-गुजरातचा भाग.

जगाच्या एकूण लोकसंख्येच्या जवळजवळ पन्नास टक्के लोकसंख्या किनाऱ्यांच्या सपाट प्रदेशात केंद्रित झालेली आहे. यांपैकी बहुतांश लोक, त्यांची मालमत्ता आणि त्यांच्या आजूबाजूचा प्रदेश समुद्राच्या भविष्यातील आक्रमणाच्या दाट छायेखाली जगत आहे. या आपत्तीची सूचना अनेक ठिकाणी मिळू लागली आहे.

समुद्रपातळीत होणारी वाढ आणि त्यामुळे कमी होणारी किनारी प्रदेशाची उंची किंवा निमज्जन *(सबसिडन्स)* ही माणसाच्या नियंत्रणाबाहेर असलेली समस्यापण कोट्यवधी लोकांच्या जीवित, वित्तहानीला कारण ठरू शकेल.

सागरपातळीतील बदल प्रामुख्याने ऊर्ध्वगामी स्वरूपाचेच आहेत, याबद्दल शास्त्रज्ञांत फारसे दुमत दिसत नाही. समुद्रपातळीच्या बदलात, उंचावणे आणि आजूबाजूचा परिसर पाण्याखाली बुडणे या क्रिया अभिप्रेत असल्या, तरी पातळीची अधोगामी हालचाल होऊन किनाऱ्याजवळचा खूप मोठा प्रदेश पाण्याखालून वर येणे ही क्रियाही त्यात समाविष्ट असते; पण उन्मज्जनाची ही क्रिया अनेक ठिकाणी स्थानिक स्वरूपाची आहे. शिवाय तिचा वेगही कमी आहे. समुद्रपातळी उंचावण्याची घटना मात्र विश्वव्यापी आणि जास्त धोकादायक आहे.

ही घटना हवामानबदलाशीही निगडित आहे. नैसर्गिक हवामानबदल प्रक्रियेला, गेल्या काही वर्षांपासून मानवाच्या निसर्गातील ढवळाढवळीमुळे हातभार लागत आहे. वातावरणात झपाट्याने वाढणाऱ्या कार्बन डाय ऑक्साइडमुळे जगभराच्या तापमानात वाढ होत आहे. त्याचा नजीकचा आणि अतिशय नाट्यपूर्ण असा परिपाक म्हणजे ही सागरी पातळीत होणारी वाढ.

येत्या शतकात जागतिक तापमान खूप मोठ्या प्रमाणावर वाढेल असा अंदाज आहे. तापमानातील दीड ते साडेचार अंश सेल्सिअस वाढीचा परिणाम, समुद्रपातळी वीस सेंटिमीटर ते दीड मीटर इतकी वाढण्यास कारणीभूत होईल, असा जगभरातल्या शास्त्रज्ञांचा अंदाज आहे. तापमानातील या वाढीमुळे पृथ्वीवर शिल्लक असलेल्या हिमनद्या वितळतील, छोटे हिमटोप *(आइस कॅप्स)* नाहीसे होतील आणि सागरजलाचे औष्णिक प्रसरण होईल. यामुळे सर्वत्र समुद्रपातळी वाढेल व फार मोठ्या प्रमाणात किनारी प्रदेशात समुद्राचे आक्रमण होईल.

हिमटोप आणि हिमनद्यांतील बर्फ वितळण्याची क्रिया यापूर्वीच सुरू झाली आहे. मनुष्यनिर्मित प्रदूषणाने या क्रियेला मदत करायला सुरुवात केलेलीच आहे ! विसाव्या शतकात, जगातील बहुतांशी किनारपट्ट्यांवर दरवर्षी एक ते पाच मिलिमीटर या वेगाने सागरपातळी वाढली आहे. पुढील शतकात हा वेग तीनपट म्हणजे दरवर्षी १५ मिलिमीटर इतका होण्याची शक्यता आहे. इ.स.२१०० च्या अखेरीस ही वाढ ५० सें.मी. ते १.५ मीटर एवढी असेल. या वाढीत उंच पर्वतशिखरांवरील बर्फाचा सहभाग १० ते ३० सें.मी. पातळी वाढवण्यात, ग्रीनलँडवरील बर्फाचा १३ ते ३५ सें.मी., अंटार्क्टिकावरील बर्फाचा २० ते २७ सें.मी. व औष्णिक प्रसरणाचा ११ ते ३७ सें.मी. इतका असेल.

किनाऱ्यावर होणारे हे समुद्राचे आक्रमण अनेक स्वरूपांत दिसू लागले आहे. जगभरातल्या किनाऱ्यांची गेल्या काही वर्षांपासून होऊ लागलेली धूप, आर्द्रभूमी *(वेट लँड्स)* व दलदलीच्या प्रदेशाचे निमज्जन, वादळी महोर्मी *(स्टॉर्म सर्जेस)*, नदीमुखे व त्रिभुज प्रदेशांचे स्थानबदल, किनाऱ्यावरील विहिरींच्या पाण्याची व नद्यांची आणि शेतजमिनींची वाढणारी क्षारता, खारफुटी जंगलांचा *(मॅङ्ग्रोव्ह)* विनाश आणि सागरी जीवांचा विध्वंस – या समस्या तर दरवर्षी वाढतच आहेत.

भारताला ५७०० कि.मी. लांबीची किनारपट्टी लाभलेली आहे. पूर्व आणि पश्चिम किनाऱ्यांच्या सपाट प्रदेशाला भविष्यात समुद्रपातळीच्या उंचावण्यामुळे फार मोठा धोका संभवतो. किनाऱ्यापासून ३ ते ४ मीटर उंचीवरच्या रस्त्यांना आणि भूप्रदेशांना हा धोका प्रकर्षाने जाणवेल, असा जाणकारांचा अंदाज आहे.

समुद्राचे हे आक्रमण संथ गतीने होत असल्यामुळे त्याच्या अंतिम परिणामाचा विचार करून आत्तापासूनच या प्रदेशांचे रक्षण करण्याची योजना आखणे आवश्यक बनले आहे. सध्या मनुष्यनिर्मित उद्योगांमुळे वातावरणात जमा होणारा कार्बन डाय ऑक्साईड, दरवर्षी जरी दोन टक्के या वेगाने कमी झाला, तरी भविष्यातील तापमानवाढीचा धोका थोडा कमी होईल. त्यामुळे बर्फाच्या व हिमनद्यांच्या विलयनाचे प्रमाण घटेल व सागर पातळीच्या वाढीवर नियंत्रण राहील. याचबरोबर स्थानिक भूरूपरचना पाहून त्यानुसार वाढणाऱ्या पाण्याला प्रतिबंध करण्याच्या योजना तयार कराव्या लागतील. वस्त्यांचे स्थलांतर थोड्या अधिक उंचीवर करणे काही ठिकाणी अपरिहार्य बनेल.

सागरपातळीतील विश्वव्यापी बदलाची नोंद दर्शवणारा आराखडा

LATITUDE												
					+5.57 3		-5.7 25					
60		-2.2 17	-0.2 5	+2.6 32	0.0 1	+1.8 17	+0.5 85	+2.3 1			+3.6 10	
30N	0.7 1		+5.9 3	+3.0 6		+1.6 2		+3.3 1	+0.6 7	+5.0 5	+1.8	
0												
30S					+0.1 3						+2.5 1	+1.3 2
60												

180W 150 120 90 60 30 0 30 60 90 120 150 180E

सागर पातळीतील संभाव्य वाढ ही जगभरात निरनिराळ्या ठिकाणी केल्या जाणाऱ्या निरीक्षणांवरून वर्तविलेली आहे. सोबतच्या आराखड्यावरून या आकडेवारीची कल्पना येईल. आकडेवारीची विविध ठिकाणची नोंद पाहता हेही लक्षात येईल की, सागरपातळीतील बदलाची नोंद करणारी ठिकाणे प्रामुख्याने उत्तर गोलार्धात केंद्रित झालेली आहेत. उत्तर गोलार्धात ३० अंश ते ६० अंश अक्षवृत्त व ६० अंश ते ९० अंश रेखावृत्त यांच्या दरम्यान सागरी किनारा नसल्यामुळे तो भाग वेगळा दाखविला आहे. प्रत्येक चौकोनात ऊर्ध्वगामी हालचाल '+' *(धन)* चिन्हाने तर अधोगामी हालचाल '–' *(ऋण)* चिन्हाने दर्शविलेली आहे. निरीक्षणकेंद्रांची संख्याही चौकोनात दिलेली आहे. या आकडेवारीच्या वितरणावरून असेही म्हणता येते की, वाढणाऱ्या सागर पातळीचा निष्कर्ष कमी ठिकाणी केलेल्या निरीक्षणांवरच आधारित आहे. त्यामुळे त्याची विश्वासार्हता थोडी कमीच आहे. असे असले, तरी जगभराच्या किनाऱ्यांवर प्रत्यक्षात सागरपातळी वाढत असल्याचे पुरावे आढळत आहेत. त्यामुळे भविष्यातील संकटाकडे डोळेझाक करून राहता येणार नाही.

या आपत्तीचा धोका, सखल प्रदेशाला सर्वात जास्त असेल. प्रत्येक ठिकाणचा भेद्यता निर्देशांक *(व्हल्नरबिलिटी इंडेक्स)* पाहिल्यास असे लक्षात येते की, खाड्या, लगून्स, गाळाची किनारी मैदाने, मृत्तिकासंचय *(मड फ्लॅट्स)*, त्रिभुज प्रदेश व पुळणी येथे दरवर्षी ३ ते ५ मिलिमीटर या वेगाने निमज्जन होईल व समुद्र दरवर्षी ५ मीटर रुंदीचा किनारा गिळंकृत करील. ४ मीटरपेक्षा जास्त भरती–ओहोटी तफावत *(टायडल रेंज)* व ६ मीटरपेक्षा जास्त उंचीच्या लाटा जिथे तयार होतील तिथे या आपत्तीचा तडाखा जास्त जोरदार असेल.

या संकटाला सामोरे जाण्यासाठी माणसापुढे फारसे पर्याय नाहीत. किनारी प्रदेशांतील बांधकामे, धक्के व बारमाही बंदरांची निर्मिती इत्यादींमुळे निसर्गाचा समतोल बिघडतो आहे. जमिनी खोदल्या जात असल्यामुळे भूपृष्ठ खचण्याची प्रक्रिया वाढीस लागलेली आहे. सागरपातळीच्या थोड्याशा उंचावण्यानेही खूप मोठ्या प्रदेशात हाहाकार माजू शकेल. अशी स्थिती माणसानेच निर्माण केली आहे. त्यामुळे निसर्गात माणसाने चालवलेली ढवळाढवळ कमी करणे हा एक पर्याय, हवेचे प्रदूषण कमी करण्याचा प्रयत्न करणे हा दुसरा पर्याय आणि हे काहीच जमले नाही, तर किनाऱ्याच्या प्रदेशातून स्थलांतरण करणे हा अखेरचा पर्याय !

❒❒

९. कोसळणाऱ्या दरडी

दर वर्षी कोकण लोहमार्गावर, मुंबई-पुणे द्रुतगती मार्गावर आणि हिमालयात व काही ठिकाणी सह्याद्रीत दरडी कोसळण्याच्या घटना घडतात आणि निसर्गापुढे माणूस किती नगण्य आणि हतबल आहे, याचा वारंवार प्रत्यय येतो ! दरड कोसळून होणारी हानी ही जणू अलीकडच्या काळात एक वार्षिक समस्याच बनलेली आहे.

निसर्ग ताकदवान आहे आणि त्याच्या इच्छेपुढे मानवाचे काहीच चालू शकत नाही, हे जरी खरे असले तरीही सर्वच ठिकाणी आणि सर्वच वेळी निसर्गच विनाशाला कारण असतो, असेही नाही. माणसाने निसर्गात सदैव चालविलेल्या हस्तक्षेपाचाही तो एक अटळ असा परिणाम आहे.

दरड कोसळणे या प्रकाराला शास्त्रीय परिभाषेत 'भूमिपात' *(लँडस्लाइड)* असे म्हटले जाते. भूमिपात किंवा दरड कोसळणे, म्हणजे गुरुत्वशक्तीच्या दिशेने, डोंगरउतारावरून, खूप मोठ्या प्रमाणावर दगड, धोंडे, माती यांची राशी उताराच्या पायथ्यापर्यंत कमी-जास्त वेगाने घसरत खाली येणे. भूमिपात किंवा दरड कोसळणे या घटनेची एक विशिष्ट अशी यंत्रणा *(मेकॅनिझम)* आहे. काही निश्चित स्वरूपाचे बदल झाल्यासच निसर्गात भूमिपात घडून येतात. दुसरी महत्त्वाची गोष्ट अशी, की ही घटना एकाएकी घडताना दिसत असली, तरी त्यापूर्वी त्या प्रदेशात बऱ्याच मोठ्या काळपर्यंत भूमिपाताला पोषक अशी परिस्थिती निर्माण होत असते.

दरड कोसळण्याच्या घटनेत नैसर्गिक आणि मानवनिर्मित अशा दोन्ही घटकांचा समावेश असतो. नैसर्गिक बदल अतिशय संथ गतीने होत असताना, मानवाच्या हस्तक्षेपानंतर नैसर्गिक बदलांचा वेगही वाढतो आणि भूमिपातनिर्माणकारी परिस्थिती झपाट्याने निर्माण होऊ लागते.

वर्षानुवर्षे ऊन, पाऊस, थंडी यांसारख्या कारकांमुळे (एजंट्स) पृथ्वीपृष्ठावरील खडक ठिसूळ व भुसभुशीत बनतात. पराकाष्ठेची थंडी, पाऊस, हिमवृष्टी, उन्हाळा यामुळे खडकांचे पृष्ठभाग नेहमीच ताण-तणाव सहन करीत असतात. याचबरोबर भूमिगत होणारे पाणी, त्या पाण्याबरोबर विरघळून खोलवर वाहत जाणारे क्षार, खनिजे इत्यादींमुळे खडक पाण्याने संपृक्त होतात, फुगतात आणि कुजतात. याला वैज्ञानिक परिभाषेत 'विदारण' (वेदरिंग) असे म्हटले जाते.

खडकांची पाणी सामावून घेण्याची किंवा संतुलित अवस्थेत स्थिर राहण्याची एक विशिष्ट मर्यादा असते. या मर्यादेपेक्षा जास्त पाणी ते सामावून घेऊ शकत नाहीत. अनाच्छादित झालेल्या विस्तृत अशा पृष्ठभागावरील किंवा डोंगरउतारावरील कुजलेल्या खडकांत लहान-मोठ्या भेगा पडतात व खूप मोठ्या खोलीपर्यंतचा डोंगराचा भाग आपली जागी सोडतो व उताराच्या दिशेने खाली घसरू लागतो.

दगडधोंड्यांचा हा प्रचंड डोंगर किती वेगाने घसरेल आणि किती मोठा उत्पात घडवून आणील, हे त्या डोंगरावरील कुजलेल्या खडकांतील (वेदर्ड रॉक) मातीचा ओलसरपणा, त्यातील भेगांचे प्रमाण, दगडधोंड्यांचा आकार, मूळ डोंगराचा उतार, पर्जन्यमान अशा अनेक गोष्टींवर अवलंबून असते. त्यानुसार या क्रियेचे भूमिपात (लँडस्लाइड), प्रस्तरपात (रॉक फॉल), पृष्ठघसर (सरफेस क्रीप) असे विविध प्रकार करता येतात.

ज्या प्रदेशात खूप पाऊस पडतो आणि माती धरून ठेवणाऱ्या वृक्षांची संख्या कमी झालेली असते, त्या ठिकाणी भूमिपात मोठ्या प्रमाणावर होतात. कमी पावसाच्या, अर्धआर्द्र भागातही या घटना घडतात. फक्त फरक एवढाच, की इथे कोरड्या मातीचे ढीगच्या ढीग खाली कोसळतात !

बऱ्याच वेळा भूमिपातापेक्षा त्यानंतरचे परिणाम हे जास्त संहारक असतात. खाली आलेल्या डोंगराच्या वजनामुळे जमिनी खचतात (भूस्खलन), नद्यांच्या पात्रात दरड कोसळल्यास नद्यांचे पाणी अडवले जाते, नद्यांचे मार्ग बदलतात. भूमिपात ही घटना सर्वसाधारणपणे कुठल्याही डोंगराळ भागात घडून येऊ शकते. सह्याद्री पर्वतात पावसाळ्यात दरडी कोसळून रस्ते बंद पडण्याच्या घटना वारंवार घडतात. हिमालयातल्या डोंगरात व अरुंद खोल नद्यांच्या काठी राहणारे लोक सदैव या

संकटाच्या सावलीतच वावरत असतात. कुमाऊन हिमालयातील सिमला, मनाली, मसुरी, नैनिताल आणि अल्मोडाच्या आजूबाजूचा विस्तृत प्रदेश भूमिपात प्रवण *(लँडस्लाइड प्रोन)* म्हणूनच ओळखला जातो.

नवीन रस्त्यांची, लोहमार्गांची निर्मिती, भूकंपाचे धक्के, बेसुमार जंगलतोड, ही भूमिपातामागची काही ठळक कारणे आहेत. सामान्यपणे अशा सर्व घटनांमुळे डोंगरांचा नैसर्गिक समतोल बिघडतो व भूमिपातास योग्य अशी परिस्थिती तयार होते.

जंगलतोड कमी करणे, अनियंत्रित व अनावश्यक बांधकामे थांबविणे, याचबरोबर भूमिपाताच्या संपूर्ण यंत्रणेचा सखोल अभ्यास करून धोकादायक प्रदेश ओळखणे, भूमिपातानंतरच्या परिणामांचे दूरगामी आकलन करणे व स्थानिक लोकांना या घटनेविषयी पूर्ण माहिती करून देणे, हे सर्वच उपाय आज महत्त्वाचे ठरत आहेत.

हिमालयातील भूमिपातापेक्षा सह्याद्रीतील भूमिपात कमी धोकादायक असले, तरी त्याकडे दुर्लक्ष करणे योग्य नाही. आंबोली, फोंडा, गगनबावडा, करूळ, वरंध, आंबा आणि बोर या सर्वच घाटांतील दरड कोसळण्याच्या घटनांचा अधिक शास्त्रशुद्ध अभ्यास होणे गरजेचे आहे.

भूमिपात प्रक्रियेच्या अभ्यासात, कोसळलेल्या डोंगराची उंची, विस्थापन झालेल्या पदार्थाचे स्वरूप, त्याने व्यापलेला भाग, पदार्थाची प्रवाही वृत्ती *(फ्लोअेज)*, त्याचा फैलाव *(डायलेशन)*, जाडी, चिकटपणा अशा नानाविध घटकांचा विचार करावा लागतो. अशा अभ्यासाकरता जीआयएस तंत्रज्ञान, दूरसंवेदन व हवाई छायाचित्रण यांचा उत्तम प्रकारे उपयोग करता येतो.

भूमिपातासारख्या आपत्तीनंतर खूप मोठ्या प्रमाणावर हानी होते. भूमिपातानंतर जे पर्यावरणीय बदल होतात ते अनेक वेळा अपरिवर्तनीय *(इर्रीव्हर्सिबल)* असतात. मात्र या सर्व परिणामांची तीव्रता ही माणसाच्या निसर्गातील हस्तक्षेपामुळेच वाढलेली असते. त्यामुळेही या संकटाचा सामना करणे अधिक क्लिष्ट बनत चालले आहे.

कोकण रेल्वे प्रकल्पाअंतर्गत, लोहमार्गाच्या आजूबाजूच्या डोंगरांचा नीटसा अभ्यास करण्यात आलेला नाही, हे विधान सत्याचा विपर्यास करणारे आहे. अतिशय शास्त्रशुद्ध अभ्यासानंतरच हा मार्ग तयार करण्यात आलाय. दरडी कोसळण्याच्या आपत्तीचा तर यात प्रामुख्याने विचार आहे. असे असूनही अनपेक्षित भागात दरडी कोसळून लोहमार्ग बंद होतात. निसर्गाचा मानवाने बिघडविलेला समतोल हेच या अचानक समोर येणाऱ्या आपत्तीचे एकमेव कारण आहे, हे नक्कीच !

❒❒

१०. हिमालयातील भूमिपात

हिमालयापासून दूर राहणाऱ्यांना हिमालयाचे नेहमीच विलक्षण आकर्षण वाटत आलेले आहे. एखाददुसरी भेट देऊन आलेल्यांना तर हिमालय हा भूलोकीचा स्वर्ग असल्याचा आनंद आयुष्यभर पुरतो आहे. हिमालयाच्या दुर्गम पर्वतरांगांवर आणि नदीखोऱ्यांत राहणाऱ्यांच्या आयुष्यावर मात्र हिमालयातल्या नैसर्गिक संकटांची लांबचलांब सावली पडलेली आहे. तरीही हिमालयाच्या गगनाला गवसणी घालणाऱ्या शिखरांच्या पायथ्याशी, खोलवर वाहणाऱ्या नद्यांच्या काठी, हिमालयीन प्रदेशातली चाळीस टक्के लोकसंख्या वास्तव्य करून आहे.

बोचरे थंड वारे, सर्वत्र चढउताराची उंचसखल जमीन, खोल घळी आणि हिमाच्छादन, अशा कठीण पर्यावरणात राहणाऱ्यांना सगळ्यांत जास्त भयावह वाटणारं संकट म्हणजे भूमिपात आणि भूस्खलन *(लँडस्लाइड ॲण्ड सबसिडन्स)*. हिमरेषेच्या नजीकच्या भागात आणि हिमालयाच्या शिवालिक हिमालय, मध्य हिमालय व बृहद् हिमालय यांच्या संयोग भूमिप्रदेशात या संकटाचं प्रमाण फारच मोठं आहे. श्रीनगर, किश्तवार, स्पिती याचबरोबर भारत-नेपाळ सीमेवर बसणाऱ्या भूकंपाच्या धक्क्यांमुळे या भागातही विध्वंसक भूमिपात झालेले आहेत. हे भूमिपात खूप मोठा प्रदेश व्यापून टाकतात. शिवाय ते एकदाच होऊन थांबत नाहीत, तर सलगपणे, काही काळापर्यंत होतच राहतात व कमी-जास्त प्रमाणात विध्वंस करतात. वस्त्यांच्या जवळ झालेले भूमिपात फार मोठी मनुष्यहानी करतात.

नैनितालमध्ये १९८८ मध्ये प्रचंड भूमिपात झाला. अजूनही याच्या आजूबाजूला आणि हिमालयात इतरत्रही भूमिपात होतच असतात. उत्तर प्रदेशातील पिठौरागड परिसरात भूमिपातानं घातलेलं थैमान हे अलीकडच्या काळातलं या संकटाचं कदाचित सगळ्यांत मोठं रूप असावं.

नाहन, सिमला, मसुरी, अल्मोडा व नैनिताल ही उत्तर प्रदेशातल्या कुमाऊ विभागातील म्हणजे कुमाऊन हिमालयातील ठिकाणं. या ठिकाणांचा संपूर्ण प्रदेशच भूमिपात प्रवण *(लँडस्लाइड प्रोन)* म्हणून मानला जातो. भूमिपातातील गाळ आणि मातीमुळे जमीन खचण्याची घटनाही घडते. तीही भूमिपाताइतकीच धोकादायक.

पावसाळ्यात हिमालयातल्या नद्या रौद्र रूप धारण करतात. सर्व दिशांनी भयावह वेगाने धावत येणाऱ्या नद्या, माती आणि दगडधोंडे यांना घेऊन सर्वशक्तीनिशी वाहात असतात. दरवर्षी ३० ते ३५ कोटी टन इतकी माती या नद्यांतून पावसाळ्यात वाहात जाते. अनेक ठिकाणी माती नदीपात्रात साठून नद्यांची पात्रे उथळ बनतात. दरवर्षी एक ते सव्वा मीटर या वेगाने नद्यांची पात्रे गाळाने भरतात. नदीपात्रात पाणी सामावू शकत नाही. पावसाचे पाणी सर्वदूर पसरते आणि फार मोठे पूर येतात. यामुळे नदीकाठच्या वस्त्यांचे अतोनात नुकसान होते.

अस्थिर भूकवच, भूतबकांच्या *(प्लेट्स)* हालचालींमुळे वाढलेली भूकंप प्रवणता आणि भ्रंश, भेगा आणि विदारण यामुळे आलेली अस्थिरता – या नैसर्गिक कारणांमुळे हिमालयात दरडी कोसळण्याचे – म्हणजेच भूमिपाताचे – प्रमाण मुळातच अधिक आहे; आणि प्रत्येक ठिकाणी नैसर्गिक पर्यावरणात मनुष्याने केलेल्या हस्तक्षेपामुळे, दरडी कोसळण्याच्या या संकटाला माणूसही हातभार लावतो आहे.

अठराव्या शतकाच्या मध्यापासूनच, हिमालयातील जंगले फार मोठ्या प्रमाणावर तोडली जात आहेत. गंगेसारख्या मोठ्या नद्यांतून, तोडलेल्या वृक्षांची वाहतूक सहजपणे करता येते, हे कळल्यावर नद्यांतून लाकडे तरंगत वाहून नेण्याचा व्यवसाय वाढला. पाइन आणि देवदार वृक्षांची तोड प्रामुख्याने होऊ लागली. मैदानी प्रदेशातल्या शहरांत वृक्षांना खूप किंमत येऊ लागल्यावर हिमालयातील बऱ्याच ठिकाणी वृक्षतोडीचे प्रमाण वाढले. चिनाब, सतलज, भागीरथी, अलकनंदा आदी खोऱ्यांतील जंगले झपाट्याने कमी झाली. ओक वृक्षांची जंगले पाईन वृक्षांच्या जंगलात परिवर्तित केली जाऊ लागली; कारण पाईनला खूप मोठी किंमत येऊ लागली होती. पाईनच्या लागवडीमुळे हिमालयातील डोंगरउतारांची आणि जमिनीची धूप होण्याचे प्रमाण वाढले. भूमिपातात वाढ होण्याचे हे प्रमुख कारण मानण्यात येते.

पाईन वृक्षांच्या लागवडीमुळे जमिनीचा कसही कमी झाला. वनीकरणाचे नवे

कार्यक्रम हाती घेऊनही, झालेल्या नुकसानीची भरपाई होऊ शकली नाही.

हिमालयातील दुर्गम भागात दळणवळणासाठी रस्ते तयार करण्याचे प्रमाण अलीकडच्या काळात वाढलेले आहे. यामुळे आधीच अस्थिर झालेल्या डोंगरउतारावरून रस्त्यांच्या निर्मितीमुळे, हजारो टन मातीचे ढीग उतारावरून घसरून येऊ लागले. यामुळेही भूमिपाताच्या प्रवृत्तीत वाढ झाली. हिमालयात साधारणपणे एक कि.मी. लांबीचा रस्ता तयार करताना ६०० घनमीटर मातीचा ढीग खाली घसरतो. घसरताना ही माती अनेक झाडे नष्ट करते. खोल भागातून वाहणाऱ्या नद्यांचे मार्ग गाळाने भरून टाकते. कृत्रिम सरोवरेही निर्माण होतात.

आजकाल हिमालयातील विविध ठिकाणी वाढलेल्या पर्यटनउद्योगामुळेही पर्यावरणाचे संतुलन बिघडले आहे. नवीन बांधकामे, नवीन रस्ते, नवीन सुविधा यांमुळे या सर्व भूप्रदेशावर मोठा दबाव निर्माण होतो आहे. ढासळू लागलेल्या संतुलनामुळे नैसर्गिक पर्यावरण दुर्बल आणि माणसापुढे हतबल होऊ लागले आहे.

भूमिगत होणारे पाणी, रस्ते तयार करताना उघडे पडणारे भ्रंश प्रदेश, जागोजागी साठणारा गाळ, मार्ग बदलणाऱ्या नद्या, पावसाळ्यात नद्यांना येणारे पूर यामुळे भूमिपात होणाऱ्या संहाराची तीव्रता व त्यामुळे व्यापलेल्या क्षेत्राचा विस्तारही वाढतो आहे.

पिठौरगडच्या आसपास भूमिपातांनी घातलेल्या थैमानामागेही कमी अधिक प्रमाणातच याच गोष्टी कारणीभूत आहेत. पिठौरगडच्या माल्पा जिल्ह्यातील काली नदीला आलेला पूर, आसपासच्या प्रदेशात मोठ्या प्रमाणावर कोसळलेल्या दरडी, नदीचे मार्ग बदलल्यामुळे उडालेला हाहाकार, नदीमार्गात तयार झालेल्या सरोवराचा धोका – या सर्व गोष्टींना आज तरी निसर्गाइतकाच – किंबहुना त्याहीपेक्षा जास्त – मनुष्यच जबाबदार आहे ! माल्पा ते गुंजी या २३०० ते ३५०० मीटर उंचीवरच्या प्रदेशात घडलेले भूमिपाताचे हे तांडव, माणसाच्या निसर्गातील ढवळाढवळीचे बोलके उदाहरण आहे.

□□

११. अतिवृष्टी आणि पूर

महाराष्ट्राच्या अनेक भागांत २००५ व २००६ मध्ये अतिवृष्टी झाली. मात्र निम्म्यापेक्षा जास्त महाराष्ट्र जलमय व्हावा इतकी पूरस्थिती केवळ अतिवृष्टीमुळे निर्माण झाली, असे म्हणता येणार नाही. महाराष्ट्रातील नदीपात्रांच्या व नदीखोऱ्यांच्या गेल्या काही वर्षांतील अभ्यासातून हेच लक्षात येते, की नदीपर्यावरणात होणारा अनिर्बंध मानवी हस्तक्षेप, हा या संकटामागचा मुख्य घटक आहे.

नदीखोऱ्यांच्या वरच्या टप्प्यात विशेषत: उगमप्रदेशात चालू असलेली अनिर्बंध जंगलतोड हे या वाढत्या समस्येचे मूळ कारण आहे. नदी खोऱ्याच्या वरच्या टप्प्यातील जंगल पावसाळ्याच्या सुरुवातीला पडणाऱ्या पावसापैकी दोन-तृतीयांश पाऊस अडवू शकते. मात्र जंगलातील झाडांचे प्रमाण कमी झाले, की या सुरुवातीच्या पावसापैकी ८५ टक्के पावसाचे पाणी डोंगरउतारावरून वाहात सहजपणे नदीला जाऊन मिळते. हे पाणी डोंगरउतारावरून वाहताना पृष्ठरक्षण करते व जमिनीची धूप वाढते. झिजेमुळे निर्माण झालेले गाळसदृश पदार्थ नदीपात्रात खूप मोठ्या प्रमाणावर आणले जातात. त्यामुळे पात्र उथळ होतात. परिणामी नदीची वहनक्षमता कमी होते.

पावसाळ्यात जेव्हा नदीने गाळाचे सहज वहन करून पाण्याचा निचरा करणे आवश्यक असते; तेव्हाच पात्रातील प्रचंड गाळामुळे व तिच्या कमी झालेल्या वहनक्षमतेमुळे पात्र ओलांडून नदीच्या दोन्ही तीराबाहेर पसरण्याची पाण्याची वृत्ती

झपाट्याने वाढते व पूर येतात. एकाएकी अतिवृष्टी झाली तर वाढलेल्या पाण्याला नदीचे पात्र जराही समाविष्ट करून घेऊ शकत नाही. वाढलेले पाणी वाढत्या वेगाने नदीपात्रातून वाहू लागते. पात्रातील बंधारे, धरणे यांना हे प्रचंड वेगाने वाहणारे पाणी भगदाडे पाडून जोराने पुढे सरकते. नदीपात्राचा उतार कमी झाल्यावर, थोड्या कमी उंचीवर, हे पाणी दोन्ही तीर सहजपणे ओलांडून आजूबाजूच्या परिसरात पसरते.

नदीखोऱ्यातील व नदीपात्रातील मानवनिर्मित बांधकामामुळे व संरचनामुळे (स्ट्रक्चर्स) पाण्याचा नैसर्गिक निचरा होऊ शकत नाही. शहरातून किंवा शहराजवळच्या वाढणाऱ्या भागातून, बेलगाम नागरीकरणामुळे, नदीपात्रात येऊन पडलेल्या असंख्य प्रकारच्या पदार्थांमुळे गाळ वाहून नेण्याच्या नदीच्या नैसर्गिक प्रक्रियेत अडथळे येतात. याचबरोबर पाण्याबरोबर वाहत येणारी झाडेझुडपे, वेली, त्यात अडकलेले अन्य प्लॅस्टिकसदृश पदार्थ यामुळे नदीप्रवाहाला तात्पुरते अडथळे तयार होत राहतात. परिणामी नदीतून वाहणारे पाणी सर्वत्र मार्ग काढीत पसरते व पूरपरिस्थिती निर्माण होते.

नदीपात्रातील धरणे, बंधारे यांमुळेही गाळसंचयन क्रिया वाढून नदीचे पात्र दिवसेंदिवस जास्तच उथळ झालेले असते. त्यात अतिवृष्टीनंतर पाण्याने वाहून आणलेल्या गाळाची भर पडून परिस्थिती नियंत्रणाबाहेर जाते.

असे असूनही अशा पावसात सर्वच नद्यांना पूर येतो असे नाही. कारण प्रत्येक नदीखोऱ्याचे क्षेत्र, उतार, आकार हा सारखा नसतो. कोकणातील लांबट आकाराची; तीव्र उतारांची नद्यांची खोरी पावसाळ्यात पात्रात वाढलेले पाणी सहजगत्या समुद्रापर्यंत वाहून नेतात. मात्र या नद्या जिथे समुद्राला मिळतात, तिथे भरतीच्या वेळी पाण्याचा प्रचंड मोठा फुगवटा तयार होऊन सखल भागात पाणी नदी ओलांडून पसरते व पूर येतात.

मुंबईसारख्या महानगरात विक्रमी पर्जन्यानंतर, पावसाच्या पाण्याला साचून राहण्याशिवाय गत्यंतरच नाही अशी परिस्थिती आहे. समुद्राच्या दिशेने पाण्याचा नैसर्गिक निचराच होऊ शकणार नाही असे अनेक मानवनिर्मित अडथळे या शहरात आहेत. समुद्राच्या भरतीचे आत येणारे पाणी ओहोटीच्या वेळीही त्याच्या पूर्वस्थितीला सहजपणे जाऊ शकत नाही, अशी या महानगराची अवस्था आहे.

नदीपात्रात अनेक ठिकाणी बांधलेल्या बंधाऱ्यांची वर्षभर होत असलेली जैविक हानी (बायॉलॉजिकल डिग्रेडेशन) हाही एक महत्त्वाचा घटक या पूरपरिस्थितीला कारणीभूत ठरतो. उंदीर व तत्सम प्राण्यांमुळे बंधाऱ्यांना इतक्या भेगा पडतात, की त्यातून नदीचे वाढलेले पाणी सहज शिरकाव करून बंधारा कमकुवत करू शकते.

किनारपट्टीजवळ खेकडे व इतर सागरी जीव बंधाऱ्यांची हानी करीत असतात.

अशा आकस्मिक पुरानंतर नदीपात्रात व आजूबाजूच्या प्रदेशात बरेच पर्यावरणीय बदल होतात. नदीपात्रात ठिकठिकाणी गाळाची बेटे तयार होतात. किनारे ढासळून नदीपात्रे रुंदावतात, नदीकिनारी असलेल्या वनस्पतींची हानी होते. किनारी प्रदेशात नदीमार्गाच्या दोन्ही बाजूस वाळूचे शेतजमिनीवर संचयन होऊन त्या नापीक बनतात.

पूरपरिस्थितीचा शास्त्रीय अभ्यास होणे व त्यासाठी विस्तृत सांख्यिकी *(डेटा बेस)* तयार करणे गरजेचे आहे. विशिष्ट प्रकारचे बंधारे, पूरप्रवाहांना वाट करून देणारे कृत्रिम मार्ग, पुराचे पाणी साचून राहावे व इतरत्र पसरू नये म्हणून कृत्रिम जलाशये *(फ्लड स्टोरेज रिझर्वायर्स)* तयार करणे, पूरपरिस्थितीत घट करणाऱ्या योजना आखणे, पूर मैदानांचे विभागीकरण *(फ्लड प्लेन झोनिंग)* करणे, याबरोबरच पूरग्रस्तांसाठी विमा योजना, पूर उपशमन प्रशिक्षण *(फ्लड एलिविएशन ट्रेनिंग)*, पुराचे पूर्वानुमान, पूर्वसूचना या सर्वच गोष्टींची आता आत्यंतिक गरज आहे.

❏❏

१२. ब्रह्मपुत्रेचा पूर

नित्याप्रमाणे याही वर्षी ब्रह्मपुत्रेला पूर आला आणि नेहमीप्रमाणे तेवढ्याच निर्दयपणे या पुराने आसाममधील सगळे जनजीवन विस्कळित केले. आतापर्यंत या वर्षी पाच लाख लोक पूरग्रस्त झाले आहेत. मागच्या वर्षी पूर्वेकडील ढेमजी जिल्ह्यात निरनिराळ्या गावांत एक लाख लोक पूरग्रस्त झाले होते. या वर्षी आतापर्यंत चार लाख लोक बेघर झालेत. आसामच्या २४ जिल्ह्यांपैकी २० जिल्ह्यांत पूरस्थिती अजूनही कायम आहे.

दर वर्षी सरकारी यंत्रणा पुराची पातळी वेगवेगळ्या ठिकाणी इमानेइतबारे मोजण्यापलीकडे काही करू शकत नाही. पूरनियंत्रणासाठी आणि पुराच्या मोजमापासाठी काही प्रयत्न होत नाहीत, असे नाही. सरकार आपल्या परीने खूप प्रयत्नशील आहे. प्रशासकीय यंत्रणा याबाबतीत खूप जागरूकही आहे. ब्रह्मपुत्रेच्या खोऱ्यात २० ठिकाणी पुराचे पूर्वानुमान (फ्लड फोरकास्टिंग) करणारी केंद्रे आहेत.

नदीची पावसाळ्यातील प्रवृत्ती (बिहेविअर) अभ्यासणे, त्याचा परिणाम तपासणे व त्या परिणामांची पूर्वसूचना देणे हे सगळे इथल्या भागात नित्य चालू असते. असे असले, तरी आसामच्या पूरसमस्येवर अजूनही कायमस्वरूपी उपाययोजना तयार करता आलेली नाही. दर वर्षी नदीच्या खोऱ्यात वाढणारी डोंगरउताराची झीज व नदीपात्रात येऊन पडणाऱ्या गाळाचे वाढते प्रमाण कळत असूनही त्यावर परिणामकारक उपाययोजना करणे अजूनही शक्य झालेले नाही.

ब्रह्मपुत्रेच्या भारतातील मुख्य प्रवाहाला उत्तरेकडून वीस, तर दक्षिणेकडून तेरा उपनद्या येऊन मिळतात. या सर्व उपनद्यांचे ब्रह्मपुत्रेच्या पुरात फार मोठे योगदान असते. पावसाळ्यात या नदीला एखाद्या महासागराचे रूप प्राप्त होते. भरपूर पाऊस, वाहून जाणाऱ्या पाण्याचे अतिप्रचंड प्रमाण, विदारित आणि झिजेस योग्य असे दरीचे उतार, त्यामुळे उथळ झालेले नदीपात्र, या सगळ्यांचा परिणाम पूर येण्यात होतो.

ब्रह्मपुत्रेच्या खोऱ्यात उत्तरेकडे पाऊसमान जास्त आहे. इथल्या टेकड्या जास्त ठिसूळ आहेत. त्यामुळे झीज व वारंवार भूमिपातही *(लँडस्लाइड्स)* होतात. यामुळे उत्तरेकडून येणाऱ्या नद्या भरपूर मोठ्या प्रमाणावर गाळ वाहून आणतात. नदीच्या पात्रात उत्तरेकडील उपनद्यांमधून होणाऱ्या गाळाच्या लक्षणीय पुरवठ्यामुळे नदीमार्ग दक्षिणेकडील डोंगरप्रदेशाकडे ढकलला गेला आहे.

आसाममध्ये ब्रह्मपुत्रेच्या खोऱ्यातला नदीमार्ग अस्थिर आहे. नदीप्रवाह विविध आकाराच्या असंख्य वाळूच्या दांड्यांतून व ढिगातून *(रिव्हर ब्रेडिंग)* मार्ग काढीत असतो. नदीप्रवाह सुनिश्चित नसण्याचे मुख्य कारण नदीप्रवाहात होणारा गाळाचा प्रचंड पुरवठा हेच आहे. याशिवाय ब्रह्मपुत्रेचे खोरे हे भूकंपप्रवण प्रदेशात असल्यामुळे इथे वारंवार भूकंपाचे कमी-अधिक तीव्रतेचे धक्के बसत असतात. यामुळेही नदीमार्ग अस्थिर बनतो.

गेल्या काही वर्षांत पूर आल्यावर होणाऱ्या झिजेमुळे नदीचे पात्र पाच मीटरनी रुंद झाले आहे. ढासळणारे किनारे, पाण्याखाली जाणारी गावे व चहाचे मळे हे तर इथले नित्याचेच दृश्य आहे. गोहत्तीपाशी नदीचे पात्र अरुंद असल्यामुळे इथे पुराचा धोका नेहमीच जास्त असतो. एका सर्वेक्षणानुसार दर वर्षी आसाममध्ये २५० ते ३०० गावे पूरग्रस्त होतात, तर ९०० हेक्टरपेक्षा जास्त क्षेत्रफळाच्या जमिनीची धूप होते. पुराचे पाणी ब्रह्मपुत्रेच्या दोन्ही किनाऱ्यांवर दहा किलोमीटर दूरवर पसरते.

हे सर्व टाळण्यासाठी उपनद्यांवर पाणी संचय करणारी धरणे, तलाव *(स्टोरेज टँक्स)* बांधणे, उपनद्यांच्या मुखापाशी होणारा पाण्याचा फुगवटा नदीपात्रे खोल करून कमी करणे, नदीत येऊन पडणाऱ्या गाळाचे नियंत्रण करणे यांसारखे उपाय योजले जात आहेत; पण त्याचा व्हावा तेवढा परिणाम दृष्टिपथात नाही ही वस्तुस्थिती आहे.

१९५४ पासून ठराविक अंतराने ब्रह्मपुत्रेला आसाममध्ये विध्वंसक पूर येत आहेत. दरवर्षी पुराच्या तीव्रतेत वाढच होत आहे. पाणी अनेक ठिकाणी धोक्याच्या पातळीच्या वर ४० ते ५० दिवस टिकून राहण्याची वृत्ती वाढते आहे. दिब्रुगड येथे पुराच्या पाण्याची पातळी धोक्याच्या पातळीपेक्षा दर वर्षी वाढच दर्शविते आहे.

मानससरोवराच्या आग्नेयेस ६३ किलोमीटरवर कांगलुंगकांग या हिमनदीतून ब्रह्मपुत्रेचा उगम होतो. बंगालच्या उपसागरापर्यंत २९०० किलोमीटर लांबीच्या ब्रह्मपुत्रेची भारतातील लांबी केवळ ९१८ किलोमीटर एवढीच आहे. भारतात ब्रह्मपुत्रेच्या पाणलोटाचे क्षेत्र १ लाख ९५ हजार चौरस किलोमीटर आहे. गोहत्तीजवळ पाणी वाहून जाण्याचे जास्तीत जास्त प्रमाण *(डिस्चार्ज)* दर सेकंदाला ७३,००० घनमीटर इतके प्रचंड आहे. सर्वसाधारणपणे ८० किलोमीटर रुंदी असलेल्या, ब्रह्मपुत्रेच्या खोऱ्यात २१०० मिलिमीटरपेक्षा जास्त पाऊस पडतो. गोहत्तीजवळ नदीपात्राची रुंदी सर्वात कमी म्हणजे १ ते १.२ किलोमीटर आहे. नदीपात्राची जास्तीत जास्त रुंदी धुब्री येथे १८.५ किलोमीटर आहे. दिब्रुगडजवळ पुराच्या पाण्याची धोक्याची पातळी १०४ मीटर, गोहत्तीजवळ ४९.६ मीटर, तर धुब्रीजवळ ती २९ मीटर एवढी असल्याचे दिसते. आतापर्यंत १९८७ मध्ये दिब्रुगडजवळ १०६ मीटर इतक्या सर्वाधिक पातळीपर्यंत पुराचे पाणी चढल्याचे उल्लेख आहेत.

नदीच्या पात्रातील गाळ काढणे व इतर उपायांनी ब्रह्मपुत्रेच्या पुराचे तात्पुरते व कमी परिणामकारक नियंत्रण होते. कायमस्वरूपी पूरनियंत्रणासाठी नद्या व उपनद्यांच्या वरच्या प्रदेशात विस्तृत अशी पाणीसंचय करणारी जलाशये बांधणे हेच एकमेव उत्तर ठरेल, असे जाणकारांना वाटते.

दर वर्षी येणाऱ्या या विध्वंसक पुराची इथल्या लोकांना आता जणू सवयच झाली आहे. या दिवसांतील त्यांची सहनशक्ती ही केवळ अतर्क्य आणि असंभवनीय वाटावी अशी असते.

पूर ओसरल्यावर नदीच्या खोऱ्यात सर्वत्र गाळाचे संचयन होऊन, जमिनी सुपीक होतात हे खरे; पण त्याआधी पुरात झालेल्या झिजेमुळे जमिनीचे मोठे क्षेत्र नष्ट झालेले असते ही वस्तुस्थितीही इथल्या लोकांनी आता स्वीकारली आहे. निसर्गापुढे माणसाची हतबलता आसामच्या खोऱ्यात अधिक प्रकर्षाने जाणवते ती या दर वर्षीच्या पुरामुळेच !

❐❐

१३. कोकणातील पूर

जुलै-ऑगस्ट-सप्टेंबर हा संपूर्ण भारतात नद्यांना पूर येण्याचा कालखंड आहे. मोसमी पावसाशी निगडित असलेल्या या पूरपरिस्थितीत गेल्या काही वर्षांपासून वाढ होत असल्याचे निदर्शनास येत आहे. काही ठिकाणी पूरप्रवण प्रदेशांचा विस्तारही वाढतो आहे.

दर वर्षी जुलैच्या दुसऱ्या आठवड्यापासून अशी परिस्थिती निर्माण होऊ लागते. चंद्रपूर, नागपूरच्या भागातील नद्यांना व गोदावरीकाठच्या आंध्र प्रदेशातील काही भागांत पुराचा धोका जाणवतो. कोकणातल्या जगबुडी, वाशिष्ठी, शास्त्री, सावित्री या नद्यांची पात्रे पाण्याने दुथडी भरून वाहतात. जगबुडीच्या परिसरात पूरसदृश परिस्थिती निर्माण होते.

पावसाळ्यात नद्यांना येणाऱ्या पुरामुळे भारतात दरवर्षी सर्वसाधारणपणे हजारावर माणसे मृत्युमुखी पडतात आणि मालमत्तेच्या आणि जमिनीच्या नुकसानीचा आकडाही आठशे कोटी रुपयांच्या वर जातो. पूर्व किनाऱ्यावर ईशान्य मोसमी पावसामुळे फार मोठे पूर येतात. मोसमी पावसाच्या काळात तयार होणारे कमी दाबाचे पट्टे आणि त्यामुळे होणारी मुसळधार वृष्टी या कारणांबरोबरच जंगलांच्या तोडीमुळे होणारी डोंगरउतारांची धूप, चुकीच्या शेतीच्या पद्धती व नदीमार्गात बांधलेले बंधारे व पूल ही भारतातील नदीकाठच्या प्रदेशांत पूर येण्याची मुख्य कारणे आहेत.

तसे पाहता भारताचा उत्तरेकडील - विशेषत: ब्रह्मपुत्रा, गंगा-यमुनेचा प्रदेश हा पूरप्रवण भाग. दक्षिण भारतात त्या मानाने हा धोका कमी. किनाऱ्यावरील खाड्या आणि नदीमुखांशी येणारे पूर तर वैज्ञानिकांच्या मते अगदीच नगण्य !

मोठ्या नद्यांच्या प्रदेशांत येणाऱ्या पुरासंबंधी आज बरीचशी माहिती उपलब्ध आहे; तरीही पुराची पूर्वसूचना व पूरनियंत्रण यामध्ये अजूनही खूपच त्रुटी असून, त्यात अधिक परिणामकारकता येणे गरजेचे आहे.

पश्चिम किनारपट्टीवरील नद्यांच्या मुखांच्या प्रदेशांत व खाडीकिनारी येणाऱ्या पुरांच्या बाबतीत तर खूपच कमी शास्त्रीय माहिती उपलब्ध आहे. हवाई छायाचित्रांच्या साहाय्याने ती मिळवता येणे शक्य आहे.

वाशिष्ठी नदीच्या दाभोळपासून चिपळूणपर्यंतच्या प्रवाहमार्गात दरवर्षी मोठ्या पावसानंतर पूर येतो आणि काही काळपर्यंत तरी परिसरातले जनजीवन विस्कळित होते. भारतात इतरत्र आढळणाऱ्या, विशेषत: मोठ्या नद्यांच्या परिसरात येणाऱ्या पुरांच्या मानाने हा पूर खूपच कमी प्रमाणावर असला तरी कोकणच्या भौगोलिक परिस्थितीचा विचार करता तो निश्चितच लक्षणीय आहे.

तसे पाहता कोकणातल्या अनेक खाडीमुखांच्या प्रदेशात दरवर्षी पावसाळ्यात पूर येतो आणि खाडीकाठचा विस्तृत प्रदेश जलमय होतो. नदीकिनारे ढासळतात आणि शेतीवाड्यांतून पाणी घुसते. पूरपरिस्थिती पाच ते सहा तासांपासून तीन-तीन दिवस टिकून राहिल्याचीही उदाहरणे आहेत. सिंधुदुर्ग जिल्ह्यातल्या, विशेषत: वेंगुर्ला तालुक्यातल्या नद्यांची मुखे इतर ठिकाणच्या नदीमुखांपेक्षा अधिकच पूरप्रवण आहेत; कारण या नद्यांचे मुखांकडचे प्रदेश खूपच सखल व सपाट आहेत. नदीपात्रांना फारसा उतारही नाही. त्यामुळे पाण्याचा निचरा ज्या वेगाने व्हायला हवा तसा तो होत नाही.

नदीखोऱ्यांत भरपूर पाऊस पडून नद्यांची पात्रे पाण्याने काठोकाठ भरतात. पाण्याचा हा प्रचंड लोंढा समुद्राकडे जात असताना शक्यतो नदीकिनाऱ्यापलीकडे फारसा दूरवर जात नाही. पण याच वेळी खाडीतून भरतीच्या लाटा आत येऊ लागल्या तर मात्र नदीमुखाजवळच्या भागात विस्तृत प्रदेशात नदीतील पाणी घुसते आणि पूरसदृश परिस्थिती निर्माण होते. कोकणात दरवर्षी खाडीकाठचे प्रदेश अशा पुरांमुळे पावसाळ्यात पाण्याखाली जातात.

कोकणातील नद्यांच्या खाडीकाठच्या प्रदेशात दर पावसाळ्यात पूरसदृश परिस्थिती निर्माण होण्याची ही वृत्ती गेल्या दहा-बारा वर्षांपासून वाढीस लागली असल्याचे स्पष्टपणे जाणवते. यामागची जी अनेक कारणं आहेत त्यातले मुख्य कारण म्हणजे नदीपात्रात साठणारा गाळ आणि त्याचे सहजपणे समुद्राच्या दिशेने न

होणारे उत्सर्जन. नदीखोऱ्यांत सर्वत्र होणाऱ्या वाढत्या जंगलतोडीमुळे, जमिनीची धूप झालेली माती व अन्य पदार्थ नदीखोऱ्यातील डोंगरउतारावरून वाहात, नदीपात्रात येऊन पडतात.

हा सर्व गाळ, दरवर्षी समुद्रापर्यंत वाहात जाणे हे नदीप्रणाली कार्यक्षम राहण्यासाठी आवश्यक असते. नैसर्गिकदृष्ट्याच नदीप्रवाहाचे कार्य अशा पद्धतीने चालते की, ज्यामुळे प्रवाहात येऊन पडणारा गाळ व निघून जाणारा गाळ यांचे परिणामकारकपणे संतुलन साधले जावे. हे संतुलन सहजासहजी बिघडत नाही. नदीखोऱ्यातील डोंगरउतारावर होणारी जंगलांची वाढ हा या संपूर्ण साखळीतलाच एक दुवा आहे.

काही वेळा मात्र नद्यांच्या क्षमतेत होणाऱ्या बदलामागे माणसापेक्षा इतर नैसर्गिक घटनाच कारणीभूत ठरतात. वाशिष्ठी नदीच्या पात्रात येणाऱ्या पुरामागे थोडीफार अशीच परिस्थिती आहे, असे दिसते.

नदीच्या पात्रात साठलेल्या गाळाचे मुख्य कारण, हे नदीच्या खोऱ्यात चालू असलेली बेछूट जंगलतोड हे तर आहेच; पण त्याचबरोबर एका संशोधनातील निष्कर्षानुसार चिपळूण-कोयनानगर परिसरात वारंवार बसणाऱ्या भूकंपाच्या कमी तीव्रतेच्या धक्क्यांमुळे वाशिष्ठी नदीच्या खोऱ्यातील डोंगरउतार अस्थिर झालेले आहेत. परिणामी भुसभुशीत झालेल्या डोंगरउतारावरील जमिनीच्या धुपेचे प्रमाणही वाढलेले आहे. त्यामुळे पावसाळ्याच्या सुरुवातीलाच भरपूर गाळ वाशिष्ठी नदीच्या पात्रात येऊन पडतो आणि नदीपात्र पुरासाठी पोषक बनू लागते.

गेल्या काही वर्षांपासून कोकणकिनाऱ्यावरील सागरपातळी वाढत असल्याच्या सूचक खुणाही अनेक ठिकाणी आढळत आहेत. किनाऱ्यांची धूप, समुद्रकिनाऱ्यानजीकच्या जमिनींची वाढती क्षारता यांसारख्या घटना आणि खाडीच्या समुद्रानजिकच्या भागात वाढत जाणारी वाळूच्या बेटांची संख्या ही सगळी उदाहरणे वाढणाऱ्या सागरपातळीचीच सूचना देतात.

दाभोळ, अंजनवेल या वाशिष्ठी नदीच्या मुखाच्या भागातही सागरपातळी वाढत असल्याचे संकेत मिळतात. समुद्रपातळी वाढल्यामुळे, खाडीतून समुद्राचे पाणी आत घुसून, नदीची गाळ वाहून नेण्याची क्षमता कमी होते. त्यामुळे नदीपात्रात गाळ संचयन वाढते व पात्र उथळ बनते. पावसाळ्यात भरपूर पावसानंतर वाशिष्ठी नदीतील पाणी खाडीतून आत येऊ लागले तर चिपळूणच्या सपाटीच्या भागात नदीचे पाणी किनारे ओलांडून घुसते व पूर येतो.

याच्याच जोडीला आणखी एका गोष्टीचाही विचार करणे आवश्यक आहे.

कोयनेच्या जलविद्युत प्रकल्पाचे पाणी एका मोठ्या कालव्यातून वाशिष्ठीत वळविल्यामुळेही अशा वेळी पुरात वाढ होते. खाडीच्या मुखाजवळच समुद्राच्या दिशेने जो विस्तृत वाळूचा संचय तयार झाला आहे त्याचाही थोडाफार हातभार पूरपरिस्थिती तीव्र करण्यात लागतोच.

दाभोळजवळ असलेल्या नदीमुखापासून चिपळूणपर्यंत जवळजवळ तीस कि.मी. लांबीचा नदीमार्ग तुलनेने अरुंद व डोंगराळ भागातून जातो. त्यामुळे पुराच्या पाण्याचा या भागाला काही धोका नसतो. मात्र चिपळूणच्या परिसरात असलेल्या सपाटीमुळे व इथे नदीपात्र रुंद असल्यामुळे पुराचे पाणी आजूबाजूला झपाट्याने पसरते. पुरातील जोरदार प्रवाहाबरोबर वाहत येणारा गाळ आजूबाजूच्या शेतजमिनीवर पसरतो. त्यातील भरड पदार्थांमुळे शेतजमिनीचा काही प्रदेश टाकाऊ बनतो.

खाडीकाठच्या प्रदेशात दरवर्षी येणारे पूर, तज्ज्ञांच्या मते फारसे धोकादायक नसल्यामुळे महत्त्वाचे नाहीत. त्यामुळे किनारपट्टीवर पावसाळ्यात जे पूर येतात त्याविषयी आजही खूपच कमी सांख्यिकी उपलब्ध आहे. पश्चिम किनाऱ्यावरील नर्मदा, तेरेखोल, सावित्री, वाशिष्ठी, काजळी, कार्ली व गड, तापी या नद्यांच्या खाडीकाठच्या परिसरात भरतीच्या लाटा, महोर्मी आणि भरपूर व एकाएकी होणारी पर्जन्यवृष्टी यामुळे येणाऱ्या पुरांच्या सविस्तर माहितीची व आकडेवारीची गरज आहे. या प्रदेशात येणाऱ्या पुराची वारंवारिता, त्यांचा कालखंड व तीव्रता या संदर्भात सांख्यिकी एकत्र झाल्यास भविष्यात या भागातील पूरप्रवण खाडीकिनाऱ्यांचे व आजूबाजूच्या प्रदेशाचे परिणामकारकपणे संरक्षण करता येईल.

❏❏

१४. ढगफुटी

उत्तरांचल राज्यातील टिहरी जिल्ह्यात ११ ऑगस्ट २००२ ला झालेल्या ढगफुटीने हाहाकार उडाला. अनेक माणसे मृत्युमुखी पडली आणि जखमी झाली. ढगफुटीनंतर आलेल्या पुरामुळे अनेक खेडी आणि जमिनी उद्ध्वस्त झाल्या. घरे वाहून गेली. जमिनी खचल्या. १८ आणि १९ ऑगस्ट १९९८ रोजी याच राज्यातील मालपा येथे अशीच मोठी ढगफुटी होऊन दरड कोसळल्यामुळे दोनशे व्यक्तींना प्राणास मुकावे लागले होते. अशा तऱ्हेच्या ढगफुटीच्या घटना आणि त्यामुळे होणारी हानी ही हिमालयात वारंवार अनुभवाला येणारी घटना आहे.

आज प्रगत तंत्राच्या साहाय्याने ढगफुटीचे खूपच अचूकपणे भाकीत करता येते. पण धोक्याची सूचना मिळूनही आभाळातून अचानक झालेल्या या नैसर्गिक आक्रमणामुळे माणूस अगदीच हतबल होऊन गेल्याचे दृश्य दिसते.

ढगफुटी हा अतितीव्र व जोरदार पर्जन्यवृष्टीचा आविष्कार आहे. साधारणपणे हा पर्जन्याविष्कार स्थानिक स्वरूपाचा असतो. काही विवक्षित प्रदेशात निर्माण होणाऱ्या वायुराशीच्या आरोही अस्थिरतेमुळे (कन्व्हेक्शनल इनस्टॅबिलिटी) अशी पर्जनवृष्टी होते.

आवर्ती वादळापेक्षा हा प्रकार खूपच वेगळा असतो; कारण त्यामध्ये आवर्ती वाऱ्यांची निर्मिती होत नाही. याउलट हे असे आरोही वादळ असते की, ज्यात प्रचंड

शक्तीने ऊर्ध्व दिशेने जाणाऱ्या व कमी वेळात जास्तीत जास्त उंची गाठू पाहणाऱ्या हवेचा मुख्य सहभाग असतो.

आज अशा तऱ्हेच्या आरोही वादळाच्या पूर्वानुमानासाठी उपग्रह छायाचित्रे, विमाने, हवामानमापन व नोंदणी केंद्रे, रेडिओसोंडस आणि लांब पल्ल्याचे रडार या सर्वांच्या समन्वयातून एकत्रित उपयोग केला जातो.

ढगफुटी होण्यापूर्वी तयार होणाऱ्या आरोही वादळातील हवेत अनेक लहान–लहान, ऊर्ध्वगामी, वायुपुंज किंवा वायुकोषिका (एअर सेल्स) निर्माण होत असतात. या सर्व कोषिका वर जाणाऱ्या पर्जन्यमेघांबरोबर ऊर्ध्वगामी होतात. अशा आरोही वायुपुंजांचे तापमान नेहमीच आजूबाजूच्या हवेच्या तापमानापेक्षा जास्त असते. कालांतराने ठराविक उंची गाठल्यानंतर हवेत जलकण निर्माण होऊन गुरुत्वाकर्षणामुळे ते वेगाने भूपृष्ठाकडे येऊ लागतात. यांचा वेग व तीव्रता इतकी प्रचंड असते की, त्यामुळे ज्या प्रदेशावर या आरोही वादळांची निर्मिती झालेली असते तिथे विध्वंसक पूर येण्याइतकी वृष्टी होते.

हिमालयासारख्या पर्वतप्रदेशात, उष्ण वायुपुंजांची ऊर्ध्वगामी हालचाल ही पर्वताच्या तीव्र उतारांमुळे व उंचीमुळे सुकर व वेगवान होते. त्यामुळे कमी कालावधीत हवेत आरोही अस्थिरता निर्माण होते. जोरदार व अतितीव्र पर्जन्यवृष्टी त्यामुळे होते.

पर्वतामुळे हवेच्या आरोहणाला अप्रत्यक्षपणे मदत होते. असे आरोहण ही एक प्रकारे सक्तीची ऊर्ध्वगामी हालचाल असते. निर्माण झालेले ढग हे बाष्पयुक्त व उष्ण हवेचे पुंजके आणि आजूबाजूची हवा यांतील सारणी (Conduits) म्हणून काम करतात. पर्वतीय प्रदेशात हे हवेचे ऊर्ध्व आरोहण सेकंदाला तीस मीटर इतके वेगवान असते. त्यामुळेच ढगफुटीपर्यंतच्या पुढच्या घटनाही तितक्याच वेगवान असतात.

भूपृष्ठाचे तापमान प्रमाणापेक्षा जास्त वाढणे हे आरोही वादळाच्या निर्मितीमागचे मुख्य कारण असल्याचे मानण्यात येते. वाढलेल्या तापमानामुळे भूपृष्ठानजीकची हवा एकाएकी ऊर्ध्वगामी होते व खूप उंचीवर पोहोचूनही तिचे तापमान आजूबाजूच्या हवेपेक्षा जास्तच राहते. दवबिंदूपेक्षा तापमान खाली जाऊन सांद्रीभवन होऊ लागते. तरीही आजूबाजूच्या हवेपेक्षा ही हवा तुलनेने उष्ण असल्याने आरोही स्वरूपाचीच असते. त्यामुळेच तिला आरोही अस्थिरता असे म्हणतात. अत्युच्च उंचीवर जाऊन पोहोचेपर्यंत मात्र वृष्टी होऊन गेल्यामुळे आरोहणाचा वेग एकदम मंदावतो व आरोही वादळ दुर्बल होते.

ढगफुटी या संज्ञेच्या शब्दश: अर्थाप्रमाणेच ही घटना घडते. ढगफुटीनंतर अल्प काळ टिकणारे, पण मोठे पूर येतात. त्यात गावेच्या गावे वाहून जातात. दरडी

कोसळतात. जमिनीची मोठ्या प्रमाणावर झीज होते.

एखाद्या प्रदेशातून माणसाचे अस्तित्वच पुसून टाकण्याइतका जोर या आपत्तीत असतो, असे या घटनेचा सविस्तर अभ्यास करणाऱ्या संशोधकांचे मत आहे.

२००३ साली २६ जुलै व ९ ऑगस्ट रोजी हिमालयात पुन्हा एकदा जोरदार ढगफुटी झाली आणि इथल्या डोंगरकपारीतल्या वस्त्यांची जबरदस्त हानी झाली.

हिमालयपर्वताला ढगफुटीचा शाप आहे. दर वर्षी ढगफुटी या अस्मानी संकटामुळे इथली अनेक गावे आपत्तिग्रस्त होतात. खोल दऱ्याखोऱ्यांचे उतार ढासळतात, दरडी कोसळतात, उतारावरचा गाळ प्रचंड वेगाने खालच्या नदीपात्रात येऊन पडतो आणि सगळीकडे क्षणार्धात हाहाकार माजतो. गावेच्या गावे उद्ध्वस्त होतात.

ढगफुटी घडवून आणणारे हवामान बदल हिमरेषेच्या *(स्नो लाइन)* जवळपासच्या उंचीपर्यंत होत जातात; मात्र इथे होणाऱ्या ढगफुटीचा परिणाम खूप खालच्या उंचीवर असलेल्या प्रदेशात जास्त जाणवतो. हिमालयात होणाऱ्या ढगफुटीची संख्या पावसाळ्याच्या सुरुवातीला किंवा अखेरीला सर्वात जास्त असल्याचे उपलब्ध आकडेवारीवरून लक्षात येते. त्यामुळेच या ढगफुटीचा संबंध उच्च तपांबरातील *(अप्पर ट्रोपोस्फिअर)*, जेट प्रवाहांशी *(जेट स्ट्रीम्स)* लावता येतो.

उन्हाळ्यात वायव्य व उत्तर दिशेने वाहणाऱ्या व पावसाळ्याच्या अखेरीस आग्नेय व दक्षिण दिशेने वाहणाऱ्या जेट प्रवाहामुळे वातावरणात विप्लव (टरब्यूलन्स) निर्माण होतो. यामुळे स्थानिक पातळीवर ढग हिमरेषेपर्यंत वर ओढले जातात. इथे या ढगातील बाष्पाचे एकाएकी सांद्रीभवन होऊन ते ढग अक्षरश: फुटतात व मुसळधार वृष्टी होते. जेट प्रवाहाशी असलेल्या या संबंधामुळेच असे दिसते, की पावसाळ्याच्या सुरुवातीला होणारी ही ढगफुटी वायव्य हिमालयात जास्त विध्वंसक असते.

हवेची ही हालचाल ही एक प्रकारे सक्तीची ऊर्ध्वगामी हालचाल असते. भूपृष्ठाचे तापमान प्रमाणापेक्षा जास्त वाढणे, हे यामागचे महत्त्वाचे कारण असते. वाढलेल्या तापमानामुळे भूपृष्ठानजीकची हवा एकदम ऊर्ध्वगामी होते व खूप उंचीवर पोहोचते; मात्र खूप उंचीवर पोहोचूनही तिचे तापमान आजूबाजूच्या हवेपेक्षा जास्तच राहते. हिमरेषेजवळ ही हवा पोहोचताच तिचे तापमान दवबिंदूपेक्षाही खाली जाते, त्यामुळे जलद सांद्रीभवन होते. ढग जड होऊन खाली येऊ लागताच तो फुटतो व मोठ्या प्रमाणावर वृष्टी होते. ढगफुटी होताच हवा स्वच्छ होते आणि आरोही अस्थिरताही दुर्बल होते.

एकाएकी होणाऱ्या वृष्टीमुळे दरवर्षी गढवाल हिमालयात चार ते पाच खेडी नष्ट होतात, शेतजमिनी उद्ध्वस्त होतात. डोंगरउतारावरून खाली येणाऱ्या व नदीपात्रात

येऊन पडणाऱ्या दगडधोंड्यांनी ठिकठिकाणी नदीमार्ग अडवले जाऊन लहान-मोठी जलाशये बनतात. जलाशयात साठणाऱ्या पाण्याचे प्रमाण, प्रमाणाबाहेर जाऊन त्याचे बांध फुटतात व नदीच्या खालच्या भागात एकदम पूर येतात *(फ्लॅश फ्लॅड्स).*

सन १८९३ मध्ये बिराही या अलकनंदा नदीच्या उपनदीत गोहना येथे ढगफुटीनंतर जलाशय तयार झाले. १९७० पर्यंत ते टिकून राहिले. १९७२ मध्ये झालेल्या आणखी एका ढगफुटीनंतर या जलाशयाचा बांध फुटला आणि आजूबाजूच्या रहिवाशांना एकाएकी आलेल्या पुराचा चांगलाच तडाखा बसला.

पूर्व हिमालयात मे, जूनमध्ये ढगफुटीची शक्यता जास्त असते. हिमाचलमध्ये ऑगस्टमध्ये, तर उत्तरांचल व उत्तर प्रदेशातील हिमालयप्रदेशात ऑगस्ट व सप्टेंबरमध्ये याची शक्यता नेहमीच जास्त असते.

गढवाल हिमालयात हिमरेषा ४५०० मीटर उंचीवर आढळते; मात्र वृक्षरेषा *(ट्री लाईन)* ३००० मीटरपर्यंत असते. या रेषेच्या खाली म्हणजे ३०० मीटरच्या खाली डोंगराळ प्रदेशात ढगफुटीचा परिणाम तीव्रतेने जाणवतो. ढगफुटीनंतरच्या घटना इतक्या जलद गतीने होतात, की त्यावर नियंत्रण ठेवणे माणसाच्या केवळ आवाक्याबाहेर असल्याचे आजपर्यंतच्या सर्वच प्रसंगांत आढळून आले आहे.

हिमालयात अत्युच्च उंची, तीव्र उतार, हिमनद्यांचे सान्निध्य व वनाच्छादन यांमुळे अनेक लघुहवामान प्रदेश *(मायक्रो क्लायमॅटिक झोन्स)* तयार होतात. १२०० ते १८०० मीटर उंचीवरील हिमालय रांगांत बराचसा पाऊस पडतो. या प्रदेशावर आरोही अस्थिरतेमुळे तयार झालेल्या ढगांच्या खालच्या व मधल्या भागाकडे आजूबाजूच्या हवेतील बाष्प खेचले जाते व त्याच्या जलद सांद्रीभवनातून, ढगफुटीच्या निर्मितीची पुढची सगळी प्रक्रिया वेगाने पूर्ण होत जाते.

दरवर्षी होणारी ही ढगफुटी हा हिमालयाच्या डोंगराळ प्रदेशाला मिळालेला एक शापच आहे. दरडी कोसळून व पूर येऊन प्रचंड प्रमाणावर नुकसान होणार हे समजत असूनही, प्रदेशाच्या दुर्गमतेमुळे माणूस या संकटाकडे हतबल होऊन पाहात राहण्यापलीकडे काही करू शकत नाही, हे इथले वास्तव आहे !

◻◻

१५. वाळूची वादळे

अठरा मार्च पासून कुवेत-इराकच्या सीमेवर अचानक वाळूची वादळे सुरू झाली. इतक्या जोरात, की बगदादवर चाल करण्याची योजना धुळीचे वादळ संपेपर्यंत काही दिवस पुढे ढकलण्याचा निर्णय अमेरिकेला घ्यावा लागला व तसे वृत्तही प्रसिद्ध झाले.वाळू व धुळीच्या जबरदस्त वादळाचा धोका पत्करण्याचा अमेरिकन लष्कराचा त्या वेळी तरी विचार नव्हता.

अमेरिकेच्या या निर्णयावरून पश्चिम आशियाच्या वाळवंटी प्रदेशातील ही वादळे किती शक्तिशाली असतील, त्याचा अंदाज येतो. पश्चिम आशियाई वाळवंटातील ही वादळे ही तिथली नित्याचीच एक घटना म्हणून प्रसिद्ध आहे !

इथल्या वाळवंटी प्रदेशातील वाळू, धुळीसारखी प्रचंड मोठ्या प्रमाणावर हवेतून तरंगत सदैव पुढे सरकत असते. वाऱ्याच्या वाढत्या वेगामुळे या लहान आकाराच्या वाळू व धूलिकणांची जबरदस्त वादळे निर्माण होतात. तरंगणाऱ्या या कणांचा आकार १०० मायक्रोमीटरपेक्षाही कमी असतो. २० मायक्रोमीटरपेक्षा जास्त आकाराच्या कणांची वृत्ती तरंगण्यापेक्षा पृथ्वीपृष्ठाकडे येण्याची जास्त असली, तरी जोरदार वादळी परिस्थितीत ही सर्वच वाळू बराच काळ तरंगत राहू शकते.

वाळवंटातील वाळूचे अपवहन *(डिफ्लेशन)* पश्चिम आशियातील वाळूच्या वादळांचा मुख्य स्रोत आहे. इराण-इराकच्या शुष्क व अर्धशुष्क *(ॲरिड अँड सेमी-*

ॲरिड) हवामान प्रदेशात दुष्काळी परिस्थितीमुळे प्रदेशाची झीज जास्त असते. इथे पीक घेणे (कल्टिव्हेशन), चारण (ग्रेझिंग) व बांधकामे या गोष्टी प्रमाणापेक्षा जास्त आहेत. यामुळे इथे वादळांसाठी आदर्श परिस्थिती नेहमीच अस्तित्वात असते. वाळूचे धुळीसारखे लोळ या प्रदेशावर, वाऱ्याचा वेग वाढला की मैलोन्मैल दूरवर पसरतात.

स्थानिक पातळीवर तापमानात जलद गतीने बदल झाल्यास तीव्र औष्णिक कल (थर्मल ग्रेडीएंट) तयार होतो. यामुळे वायुभार कलही वादळाच्या निर्मितीस अनुकूल बनतो आणि जोरदार वादळी वारे अचानक वाहू लागतात. मात्र या वाऱ्यामुळे वाळवंटातील वाळू ठराविक उंचीपर्यंत उंच उचलली जाणे गरजेचे असते. एकदा ही वाळू वर उचलली गेली, की तपांवरील (ट्रोपोस्फिअर) जास्त उंचीवरील वेगवान, अनिर्बंध वाऱ्यामुळे ही वाळू सर्वत्र पसरते.

यामुळे दृश्यता (व्हिजिबिलिटी) कमी होते. वाळू अनेक दिवस वातावरणात तरंगत राहिल्यामुळे उष्णतेच्या परावर्तनात, प्रमाणात आणि अभिशोषणात फरक पडत राहतो. याचा खूप मोठा परिणाम जनजीवनावर होतो. वाळवंटी प्रदेशातील लोकांना त्याची सवय असली, तरी बाहेरून येणाऱ्यांना या परिस्थितीशी जुळवून घेणे सहजशक्य होत नाही.

लष्करी कारवाईसाठी तर अशी वादळे अनेक प्रकारच्या समस्या निर्माण करू शकतात. वाहणारी वाळू संपर्कसाधनात बाधा आणू शकते. रस्ते व लोहमार्गावर साचलेली वाळू दूर करणे, हा मोठा उद्योगच होऊन बसतो. ही वाळू बाजूला करण्यासाठी एक स्वतंत्र यंत्रणाच राबवावी लागते.

या वादळात वाळू ३०० मीटर उंचीपर्यंत वर उडते, ताशी ४० कि.मी.पेक्षा जास्त वेगाने वाहणाऱ्या वाऱ्याबरोबर पसरणाऱ्या या वाळूचा सामना करण्यापेक्षा, स्वतःचे रक्षण करून त्यातून वेळ निभावून नेणेच इष्ट, असा इथे सगळ्यांचा विचार असतो.

या वादळांचा आणखी एक धोकादायक गुणधर्म म्हणजे कोणत्याही प्रकारची पूर्वसूचना न देता ही वादळे एकाएकी उद्भवतात आणि प्रचंड वेगाने वाहणाऱ्या वाऱ्याबरोबर धुळीची एक भरभक्कम भिंतच पुढे सरकू लागते. यामुळे या प्रदेशातील दृश्यता लक्षणीयरीत्या कमी होते. वाहन चालविणे अशक्य होते. खूप मोठी वादळे कमी काळ टिकून राहत असली, तरी वारंवार होत राहिल्यास अधिक धोकादायक बनतात.

जगभरातल्या शुष्क व अर्धशुष्क प्रदेशातील वाळवंटी प्रदेशातील वाळूच्या व धुळीच्या वादळांचा अभ्यास असे सूचित करतो, की १९६० पासून यांच्या संख्येत खूप मोठी वाढ होतेय.

विस्तृत प्रदेशावरून वाळूचे वादळ निघून गेल्यावर एखादे महाविध्वंसक वादळ होऊन गेल्यासारखे दृश्य तयार होते. वादळी हवेत शास्त्रीय मोजमाप करणेही दुरापास्त होऊन असते.

कोरड्या प्रदेशांच्या भूरूपशास्त्रीय अभ्यासात *(ॲरिड झोन जिओमॉर्फोलॉजी)* आजकाल, उपग्रहप्रतिमांचा फार मोठ्या प्रमाणावर वापर केला जातो. उपग्रहांनी वाळवंटी प्रदेशांच्या घेतलेल्या प्रतिमांमध्ये वादळांच्या प्रभावक्षेत्राचा पूर्ण विस्तार लक्षात येतो. याचबरोबर वाळू व धूळ कोणत्या प्रदेशात जास्त दाट आहे, कुठे विरळ आहे, कोणत्या दिशेने वाहते आहे, याचाही अचूक अभ्यास करता येतो.

वाळवंटी प्रदेशात मुळातच कमी प्रमाणात उपलब्ध असलेल्या पाण्याचे या वाळूमुळे प्रदूषण होते. सतत उडणाऱ्या वाळूच्या व धुळीच्या कणांमुळे, अवजारे, शस्त्रे, इलेक्ट्रॉनिक उपकरणे यांची नासधूस होते. रेडिओ व टेलिकम्युनिकेशनसारख्या संपर्कसाधनात वारंवार अडथळे व व्यत्यय येतो. अशा घटनांमुळे या प्रदेशातील अर्थव्यवस्थाही कोलमडून जाते.

या प्रदेशांच्या भौगोलिक परिस्थितीची व इथल्या वादळांच्या आपत्तीची जराही कल्पना नसलेल्या देशांना यामुळेच इथे युद्धतंत्राचा वापर करताना, त्यानुसारच युद्धाचे धोरणे ठेवावे लागते. नाहीतर वादळ संपेपर्यंत युद्ध पुढे ढकलण्यासारखी नामुष्की ओढवू शकते!

□□

१६. भरतीच्या महाकाय लाटा

महाराष्ट्राच्या रायगड किनाऱ्यावर १८ मे १९९९ या दिवशी अनपेक्षितपणे आलेल्या प्रचंड भरतीलाटांमुळे हाहाकार उडाला. किनाऱ्यावर आणि खाडीकाठी राहणारे लोक भयभीत झाले. सखल भागात भरतीचे पाणी घुसले. रस्त्यावर पाणी आल्यामुळे वाहतुकीत अडचणी निर्माण झाल्या. काही ठिकाणी विजेचे खांब कोसळले. किनाऱ्यावर बांधलेल्या धूपरोधक भिंतीच्या *(अँटी इरोजन वॉल्स)* माथ्यापर्यंत पाण्याची उंची वाढली. काही ठिकाणी तर या भिंती ओलांडून पाणी गावात घुसले.

ही घटना प्रामुख्याने अलिबागच्या किनारी प्रदेशात, खाडीकाठी, रेवसपासून रेवदंड्यापर्यंत घडली. थोड्या फार प्रमाणात ठाणे व कल्याणच्या खाडीतही लाटांची उंची वाढली.

शास्त्रीय परिभाषेत अशा प्रकारच्या मोठ्या भरतीलाटेला 'टायडल सर्ज' असे म्हटले जाते. दरवर्षी कमी-अधिक फरकाने अशा तऱ्हेच्या मोठ्या भरतीलाटा समुद्रावरील हवामानातील बदलानुसार निर्माण होत असतात. मात्र एखाद्या प्रचंड फुगवट्यासारख्या या लाटांना उथळ खाड्या किंवा धूपरोधक भिंती यांचा अडथळा आला की, तो ओलांडून त्या किनाऱ्यावर आक्रमण करतात.

नैसर्गिकरीत्या वाढलेल्या या पाण्याच्या पातळीमुळे सर्वत्र पाणीचपाणी होते व

या पाण्याला पसरायला वाटच नसेल, तर अर्थातच ते गावात व शेतजमिनीत घुसते. किनाऱ्यावरील बांधकामाच्या वाढत्या प्रमाणामुळे व खाड्यांतील वाढणाऱ्या गाळामुळे या आक्रमणास मदतच होते.

टायडल सर्ज किंवा महोर्मी म्हणजेच नेहमीपेक्षा मोठ्या प्रमाणावर आलेली भरतीची लाट. नेहमीच्या भरतीलाटा या नियमित स्वरूपाच्या व ठराविक कालावधीनंतर येणाऱ्या असतात. महाराष्ट्राच्या किनाऱ्यावर दर बारा तासांनी भरती व बारा तासांनी ओहोटी येते. भरतीच्या वेळी पाण्याची पातळी ठराविक प्रमाणात वाढते व ओहोटीच्या वेळी तेवढ्याच प्रमाणात ओसरते. त्यामुळे एका दिवसाच्या भरती–ओहोटीवरून दुसऱ्या दिवसाच्या भरती–ओहोटीचे भाकीत करता येते.

दैनिक *(डायर्नल)* व अर्धदैनिक *(सेमीडायर्नल)* हे भरती–ओहोटीचे रोज जाणवणारे प्रकार. महाराष्ट्राच्या किनाऱ्यावर सर्वत्र अर्धदैनिक स्वरूपाची भरती–ओहोटी आढळते. यात दोन भरती व दोन ओहोटींतील अंतर सामान्यपणे साडेबारा तासांचे असते.

समुद्राच्या पातळीत होणारे हे बदल चंद्र–सूर्याच्या – विशेषत: चंद्राच्या – गुरुत्वाकर्षणशक्तीमुळे होत असतात. चंद्र हा पृथ्वीला जवळ असल्यामुळे त्याचे पृथ्वीवरील आकर्षण सूर्यापेक्षा जास्त आहे. सूर्य आकाराने मोठा असला, तरी पृथ्वीपासून चंद्रापेक्षा ३८९ पट जास्त अंतरावर आहे. त्यामुळे सूर्याचा भरती–ओहोटीशी असलेला संबंध सहजपणे जाणवत नाही.

पृथ्वीच्या परिभ्रमणामुळे पृथ्वीच्या पृष्ठभागावर सर्वत्र केंद्रोत्सारी प्रेरणा *(सेंट्रीफ्युगल फोर्स)* कार्य करीत असते. याचबरोबर पृथ्वीची जी बाजू चंद्रासमोर असते तेथे चंद्राची आकर्षणशक्तीही कार्य करीत असते. त्यामुळे या दोन्ही प्रेरणांचा एकत्रित परिणाम म्हणून चंद्रासमोरील पृथ्वीपृष्ठावरील समुद्राचे पाणी भरतीच्या स्वरूपात उंचावले जाते. तेथे पाण्याचा फुगवटा निर्माण होतो. याउलट चंद्राच्या विरुद्ध दिशेला जी बाजू असते, तेथे केवळ केंद्रोत्सारी प्रेरणेमुळे पाण्याचा फुगवटा *(बल्ज)* निर्माण होतो. अशा तऱ्हेने पृथ्वीच्या पृष्ठभागावर दोन विरुद्ध दिशांना वेगवेगळ्या प्रेरणांमुळे समुद्राच्या पाण्याला भरती येते. या दोन विरुद्ध दिशांच्या दरम्यान असलेल्या मधल्या भागातील पाणी अर्थातच खाली जाते व तेथे ओहोटी जाणवते. भरतीच्या ठिकाणी वाढलेले पाणी व ओहोटीच्या ठिकाणी कमी झालेले पाणी यांच्या प्रमाणात खूपच सारखेपणा असतो.

चंद्र, सूर्य आणि पृथ्वी एकाच सरळ रेषेत आल्यावर उधानाची भरती येते *(स्प्रिंग टाइड)*, तर चांद्रमासातील प्रत्येक अष्टमीस चंद्र व सूर्याची स्थिती एकमेकांस काटकोन

करून असल्यामुळे या वेळी समुद्रावर चंद्रामुळे येणारी भरती नेहमीपेक्षा कमी उंचीची असते. हिला भांगाची भरती *(नीप टाइड)* असे म्हटले जाते.

भरतीच्या वेळी जोराने वाढणारे पाणी ही एक फार मोठी शक्ती आहे. भरतीच्या वेळी खोल समुद्रातील विविध मासे, प्लँक्टनसारख्या वनस्पती किनाऱ्यावर येतात. भरतीप्रवाहामुळे खाड्यांची मुखे संचयनमुक्त ठेवली जातात.

भरती–ओहोटीचे हे दैनंदिन चक्र व भरती–ओहोटीतील तफावत *(टायडल रेंज)* या दोन्ही गोष्टी चंद्राच्या स्थितीवर अवलंबून असल्यामुळे प्रत्येक ठिकाणच्या भरती–ओहोटीत सातत्य असते. त्यामुळेच भरती–ओहोटीचे भाकीत करणेही सहज शक्य होते. समुद्रकिनारी एखाद्या विवक्षित ठिकाणी भरतीचे पाणी किती अंतरापर्यंत आत येईल व किती उंचीपर्यंतचा प्रदेश पाण्याखाली बुडवील याचे नेमके गणित करता येते.

मात्र काही वेळा वातावरणात झालेल्या बदलामुळे भरती–ओहोटीच्या या सातत्यात – विशेषत: तिच्या उंचीच्या प्रमाणात – एकाएकी बदल होतात व भरती–ओहोटीच्या लाटा अनियमित बनतात.

समुद्रपृष्ठावर वायुभारात सतत बदल होत राहिल्यास कमी–अधिक वेगाचे वारे वाहू लागतात आणि नेहमीपेक्षा जास्त उंचीच्या लाटा निर्माण होतात. वायुभारातील हे बदल पौर्णिमा किंवा अमावस्येच्या जवळपास घडून आल्यास उधानाची भरती आणखीनच मोठी होते व भरतीच्या मोठ्या लाटांची – म्हणजेच 'टायडल सर्ज'ची निर्मिती होते.

भरती–ओहोटी मापी *(टायडल गेज)* च्या साहाय्याने, सर्जच्या वेळी वाढलेली समुद्रपातळी कळू शकते. 'टायडल सर्ज'मुळे किनाऱ्यावर पाणी घुसते व पूरसदृश परिस्थिती निर्माण होते. या घटना तशा अपरिचित नाहीत. जगात अनेक ठिकाणी समुद्रपृष्ठावर एकाएकी झालेल्या हवामानबदलामुळे खूप मोठे टायडल सर्ज किंवा महोर्मी तयार झाल्याचे उल्लेख आहेत. ज्या किनारी प्रदेशात मुळातच टायडल रेंज फार मोठी आहे तेथे याचा परिणाम अर्थातच जास्त हानिकारक दिसतो. इ.स.१९००मध्ये टेक्सासच्या किनाऱ्यावर विध्वंसक टायडल सर्जने ६००० लोकांचे प्राण घेतले होते. बांगलादेशच्या किनाऱ्यावर १८७६, १८९७, १९६०, १९६१, १९७० व १९८५ या वर्षी टायडल सर्जमुळे फार मोठ्या भूभागात पूर आले व प्रचंड हानी झाली. १२ नोव्हेंबर १९७० या दिवशी तर बांगलादेशात, पाण्याची पातळी टायडल सर्जमुळे ९ मीटर उंच झाली आणि त्यामुळे सर्वत्र हाहाकार माजला.

आयनिक *(ट्रॉपिकल)* प्रदेशातील सर्ज, स्थानिक पातळीवर खूप मोठ्या प्रदेशात

पूर आणू शकतात. समुद्राच्या पृष्ठभागावर नेहमीपेक्षा जास्त लघुभार *(लो प्रेशर)* व भार कल *(प्रेशर ग्रेडिअंट)* तयार होऊ लागला की सर्जच्या निर्मितीला पोषक अशी परिस्थिती निर्माण होऊ लागते. याच्या जोडीला, उधानाची भरती, पाऊस यांसारख्या घटना घडल्या, तर टायडल सर्जमुळे अपरिमित हानी होऊ शकते. उथळ किनारी प्रदेश व खाड्या येथे या भरतीच्या लाटा जास्त उंच व विस्तृत प्रदेशव्यापी असतात.

समुद्रपृष्ठ हे एखाद्या विशाल वायुभारमापकासारखे आहे. जसजसा वायुभार कमी कमी होतो, तसतशी पाण्याची पातळी वाढू लागते. याचबरोबर वृष्टी, वारे आणि लाटांचा प्रकार हे घटकही अनुकूल असतील, तर भरतीच्या लाटा महाकाय रूप धारण करतात व किनाऱ्याच्या दिशेने प्रवास करून, किनाऱ्याच्या सखल भागावर आक्रमण करतात. काही वेळा यांचा वेगही नेहमीपेक्षा जास्त असतो. अशा वेळी सर्जमुळे किनाऱ्यावरील पुळणींच्या प्रदेशातील झाडे उन्मळून पडतात व पुळणींची मोठ्या प्रमाणावर क्षती *(इरोजन)* होते.

समुद्रपृष्ठावरील वायुभाराच्या सलग नोंदीच्या साहाय्याने *(कंटीन्यूअस रेकॉर्ड)*, टायडल सर्जचे भाकीत करणे व उधानाची भरती आणि पाऊस असताना सर्जमुळे किती नुकसान होऊ शकेल याची पूर्वकल्पना मिळणे या गोष्टी किनारी प्रदेशातील लोकांच्या दृष्टीने अतिशय महत्त्वाच्या ठरत आहेत.

□□

१७. हरिकेन : उष्ण कटिबंधीय वादळे

कॅटरिना नावाचे जबरदस्त वादळ ताशी २५७ किलोमीटर वेगाने अमेरिकेच्या दक्षिण किनाऱ्यावरील न्यू ऑर्लिन्स शहराकडे झेपावत असल्याची पूर्वसूचना अमेरिकेच्या नॅशनल हरिकेन सेंटरने *(NHC)* २३ ऑगस्ट २००५ दिली होती. १२ क्रमांकाचे तीव्र आवर्त आग्नेय बहामावर तयार होत होते. २४ ऑगस्टच्या सकाळीच त्याची तीव्रता एकाएकी वाढली आणि त्याला NHC कडून हरिकेन वादळाचा दर्जा देण्यात आला आणि नाव मिळाले कॅटरिना ! हे वादळ २५ ऑगस्टला संध्याकाळी फ्लोरिडामधल्या हॅलंडेल बीच व अॅव्हेंचुरापर्यंत जाऊन धडकले. २८ ऑगस्टला त्याच्या विकासाच्या परमोच्च बिंदूला जाऊन पोचले. वाऱ्याचा वेग ताशी २८० किलोमीटरपर्यंत वाढला. वायुभार ९०६ मिलीबार इतका कमी झाला आणि २९ ऑगस्टला लुझियानातील ब्युरास इथे त्याचा पहिला जबरदस्त तडाखा बसला !

मिसिसिपी, न्यू ऑर्लिन्स, अलाबामा इथे हे वादळ जास्त संहारक ठरले. बहामा, दक्षिण फ्लोरिडा, जॉर्जिया, टेनिसी, ओहाइयो, व्हर्जिनिया, पेनसिल्वानिया, न्यूयॉर्क आणि ओंटारिओ या टापूत कॅटरिनाचा प्रभाव जाणवला. न्यू ऑर्लिन्स शहराच्या सुरक्षिततेसाठी बांधलेले बंधारे फुटले आणि बहुतांशी शहर पाण्याखाली बुडाले.

अटलांटिक महासागरातले कॅटरिना हे २००५ या वर्षातील ११ वे वादळ आणि १९६९ च्या 'कॅमिली' आणि १९३५ च्या 'लेबर डे' नंतरचे विध्वंसक हरिकेन.

हरिकेन म्हणजे काय ?

हरिकेन हा मुख्यत: उष्णकटिबंधीय आवर्ताचा *(ट्रापिकल सायक्लोन)* प्रकार आहे. कर्क व मकर वृत्तांच्या दरम्यान अशी आवर्ते म्हणजे लघुभार *(लो प्रेशर)* प्रदेशांची बंदिस्त प्रणाली असते. ६५० किलोमीटर इतक्या उच्चतम व्यासाची ही आवर्ते म्हणजे, उत्तर गोलार्धात अपसव्य व दक्षिण गोलार्धात सव्य दिशेने वाहणाऱ्या वाऱ्यांचे प्रचंड भोवरेच असतात.

पृथ्वीवरची सर्वात प्रबळ व विध्वंसक वादळे म्हणून उष्णकटिबंधातली वादळे ओळखली जातात. जगात ही वादळे निरनिराळ्या नावांनी ओळखली जातात. उत्तर अटलांटिक महासागरात विशेषत: कॅरेबिअन समुद्र व आग्नेय अमेरिकेत यांना हरिकेन म्हटले जाते. उत्तर पॅसिफिकमध्ये चिनी समुद्र, जपान, फिलिपिन्स, आग्नेय आशियात यांना 'टायफून्स' म्हणून ओळखले जाते. भारताच्या पूर्व किनाऱ्यावर आणि बांगला देशात यांन 'आवर्त' म्हणतात, तर ऑस्ट्रेलियात यांना विली विली म्हटले जाते.

काही विशिष्ट गुणधर्मामुळेच ही वादळे एवढी विध्वंसक असतात. यातील वाऱ्याचा वेग ताशी १८० ते ४०० किलोमीटर असतो. या वादळांबरोबरच भरतीच्या महाकाय लाटा तयार होतात व भरपूर पर्जन्यवृष्टी होते. यातील अतिशय कमी वायुभारामुळे समुद्राची पातळी उंचावते. ही वादळे अनेक दिवस किंवा अनेक आठवडेही टिकून राहू शकतात.

कुठलीही दोन उष्णकटिबंधीय आवर्ते एकासारखी एक नसतात. आकार, विस्तार, वाऱ्याचा वेग, पर्जन्यमान टिकून राहण्याचा कालखंड या सर्वच बाबतीत या वादळांत भरपूर विविधता आढळून येते. हरिकेन वादळांचा सरासरी वेग दर तासाला १८० किलोमीटर तरी असतोच. समुद्रावर त्यांचा वेग व तीव्रता नेहमीच जास्त असते. मात्र किनारा ओलांडून जमिनीच्या दिशेने येताना ही वादळे दुर्बल व क्षीण होत जातात. यामुळेच किनारी प्रदेशात ती नेहमीच संहारक ठरतात.

या आवर्तांचा केंद्रबिंदू हा अतिशय कमी वायुभाराचा प्रदेश असतो. ही वादळे नेहमीच अस्थिर असतात असे नाही. काही वेळा ती एखाद्या प्रदेशावर जास्तच काळ स्थिर राहतात. त्यामुळे अशा प्रदेशात अतिवृष्टी, पूर यांसारख्या गंभीर समस्या निर्माण होऊ लागतात.

विशिष्ट वातावरणीय परिस्थितीतच ही वादळे निर्माण होतात. वातावरणात उष्ण व आर्द्र हवेचा पुरेसा व सततचा पुरवठा हे त्यांच्या निर्मितीमागचे मुख्य कारण आहे. म्हणूनच जिथे ६० ते ७० मीटर खोलीपर्यंत २७ अंश सेल्सियस एवढे तापमान असतेच, अशा उष्णकटिबंधीय, उबदार समुद्रपृष्ठावर त्यांचा जन्म होतो. कोरीआलीस

प्रेरणा जेवढी जास्त तेवढी त्यांच्या निर्मितीची शक्यता जास्त असते. विषुववृत्ताच्या दोन्ही बाजूस ५ अंशपर्यंतच्या पट्ट्यांत कोरीआलीस प्रेरणा न्यूनतम असल्यामुळे या पट्ट्यांत अशी वादळे तयार होत नाहीत.

महासागराच्या पश्चिम बाजूस ५ अंश ते २० अंश अक्षवृत्त प्रदेशात तयार होणारी ही वादळे आवर्ती अभिसरणामुळे तीव्र होत जातात. समुद्रपृष्ठाच्या वर ९००० ते १५,००० मीटर उंचीवर प्रत्यावर्ती अभिसरण *(अँटी सायक्लॉनिक सर्क्युलेशन)* असेल तर हरिकेन तयार होण्याची प्रक्रिया सुकर होते. प्रत्यावर्ती अभिसरणाच्या दिशेने सागरपृष्ठावरची हवा वर खेचली जाते आणि आवर्ती अभिसरण तीव्र बनते. आंतरआयनिक अभिबिंदुता प्रदेशात *(इंटर ट्रॉपिकल कॉनवर्जन्स झोन)* तयार होणारे असंख्य आवर्ती भोवरे यांचाही या वादळनिर्मितीत मोठा सहभाग असतो.

या वादळांच्या रचनेत काही महत्त्वाचे वर्तुळाकृती पट्टे आढळतात. सगळ्यांत मध्यभागी मंद वाऱ्यांचा, उच्च तापमानाचा, लघुतम वायुभाराचा प्रदेश असतो. यास आवर्तनाचा डोळा *(आय ऑफ द सायक्लोन)* म्हटले जाते. याच्याभोवती क्युम्युलेनिंबस ढगांचा १० ते २० कि.मी. रुंदीचा पट्टा असतो. वेगवान वारे, तीव्र ऊर्ध्वगामी हालचाली, भरपूर पर्जन्य असे याचे स्वरूप असते. याच्या बाहेर क्रमश: कमी होत जाणारे ढगांचे प्रमाण, क्षीण होणारी ऊर्ध्वगामी हालचाल, अत्यल्प पर्जन्य अशी परिस्थिती असते.

जगभरात आपला प्रभाव दाखविणाऱ्या या विध्वंसक वादळांची भरपूर माहिती आज उपलब्ध आहे. तरीही आग्नेय आशिया व आशियातील देशात यांच्या पूर्वसूचनेची यंत्रणा परिणामकारकपणे कार्य करीत नसल्यामुळे या भागात या वादळापासून मोठे नुकसान होते. अमेरिकेसारख्या देशात जीवितहानीचे प्रमाण आटोक्यात असले तरी आर्थिक हानी मोठ्या प्रमाणावर अजूनही होतेच.

अटलांटिकच्या किनाऱ्यावर हरिकेन हे तर एक दीर्घस्थानी संकटच *(क्रॉनिक डिझास्टर)* आहे. बेट्सी *(१९६५)*, कॅमिली *(१९६९)*, एजिन्स *(१९७२)*, ह्यूगो *(१९८९)*, अँड्यू *(१९९२)* व फ्लॉईड *(१९९९)* या अटलांटिक महासागरातल्या प्रलयंकारी हरिकेननंतर कॅटरिना नावाचे वादळही पुन्हा एकदा या दीर्घस्थायी संकटाची बोचरी जाणीव करून देणारे व माणसाची असाहाय्यता पुन्हा एकदा सिद्ध करणारे अस्मानी संकट होते !

❐❐

१८. सह्याद्रीतील पर्यावरणाचा ऱ्हास

पश्चिम घाटातील पर्यावरणरक्षणाबद्दलची जागृती आणि त्यासाठी जनमानसात आस्था निर्माण होण्याच्या दृष्टीने १ नोव्हेंबर १९८७ रोजी 'पश्चिम घाट बचाव' मोहिमेचा आरंभ झाला होता. ठिकाण होते धुळे जिल्ह्यातील नवापूर. इथूनच पर्यावरणरक्षणाचा ध्यास घेतलेल्या कार्यकर्त्यांच्या एका गटाने शंभर दिवसांच्या जनजागरणअभियानास सुरुवात केली. हा गट नवापूरपासून गोव्यातील फोंडा या गावाच्या दिशेने निघाला होता.

समाजाच्या विविध स्तरांतून आलेल्या अनेक पर्यावरणप्रेमींनी आणि कार्यकर्त्यांनी यात उत्स्फूर्त सहभाग घेतला. या दिवशी पश्चिम घाटाच्या दक्षिणेकडील टोकाकडून म्हणजे कन्याकुमारीच्या दिशेने दुसरा गट गोव्याच्या दिशेने निघाला.

पश्चिम घाटाचे झपाट्याने नष्ट होणारे पर्यावरण अभ्यासणे आणि लोकांना या अमूल्य नैसर्गिक संपदेच्या चालू असलेल्या ऱ्हासाबद्दल जागृत करणे, सह्याद्रीच्या पर्यावरणाचे रक्षण करणे भावी समृद्धीकरिता किती आवश्यक आहे, याची लोकांना जाणीव करून देणे अशा बहुविध गोष्टींसाठी मोहिमेतील कार्यकर्त्यांनी हे अभियान प्रचंड उत्साहाने राबवले.

त्या वेळी – म्हणजे जवळजवळ वीस वर्षांपूर्वी – या मोहिमेत पर्यावरणरक्षणाच्या या शिलेदारांना आलेले अनुभव खूपच बोलके होते. जंगलातील झाडे तोडली जाण्याचे

प्रमाण इतके होते की, मैलोन्मैल त्यांना झाडे शोधत हिंडावे लागत होते. सगळीकडे झपाट्याने कमी होणारी वने, उघडेबोडके डोंगर आणि त्यावर लहान−मोठ्या दगडधोंड्यांच्या राशी, हे दृश्य तर नेहमीचेच ! बांधकाम व्यावसायिक आणि ठेकेदार यांनी चालविलेल्या निर्दय वृक्षतोडीचा तो अटळ परिपाक होता. स्थानिक लोक या सर्रास चालू असलेल्या विनाशापुढे हतबल आणि असाहाय्य होते !

पश्चिम घाट बचाव मोहिमेतून त्या वेळी सह्याद्री पर्वतातील पर्यावरणाच्या ऱ्हासाचे भयंकर रूप स्पष्ट झाले आणि अनेक बेकायदेशीर प्रथा व उद्योग उघडकीस आले. याचा एक चांगला परिणाम असाही झाला की, अनेक लहान−मोठ्या सेवाभावी संस्था व लोक पश्चिम घाटाच्या पर्यावरणरक्षणासाठी पुढे आले; आणि आपापल्या कुवतीप्रमाणे कार्य करू लागले.

पण इतक्या वर्षांनंतर आजही परिस्थितीत फारशी सुधारणा नाही. सह्याद्रीच्या कडेकपारींतून, डोंगरदऱ्यांतून आणि जंगलांतून स्वार्थासाठी मनुष्य निसर्गाला अजूनही ओरबाडतोच − कदाचित पूर्वीपेक्षा जास्तच धिटाईने !

अनेक पर्यावरणप्रेमींना, अभ्यासकांना, संशोधकांना आणि कार्यकर्त्यांना सह्याद्रीचं आपल्या जीवनातलं महत्त्वपूर्ण योगदान खूपच चांगल्या प्रकारे ज्ञात आहे; आणि म्हणूनच आजच्या सह्याद्रीच्या पर्यावरणाचा होत असलेला अनियंत्रित आणि अनिर्बंध ऱ्हास बघून सगळे व्यथित होत आहेत.

दख्खनच्या पठाराची पश्चिम सीमा म्हणजे पश्चिम घाटाची किंवा सह्याद्रीची राकट, दणकट, अभेद्य आणि म्हणूनच विलक्षण आकर्षक अशी पर्वतरांग. या पर्वतरांगेने दक्षिण भारताला एक वेगळं व्यक्तिमत्त्व दिलेलं आहे. भूशास्त्रीय, भौगोलिक, सामाजिक, आर्थिक आणि राजकीय वैशिष्ट्यांबरोबरच भरपूर जैवविविधता, जलप्रणालीतील वैविध्य आणि पर्यावरणीय संपन्नता यांमुळे सह्याद्रीच्या पर्वतरांगांना पूर्वापार जनमानसात एक महत्त्वाचं आणि आदराचं स्थान आहे.

सह्याद्रीच्या समृद्ध दऱ्याखोऱ्यांनी, डोंगरकपारींनी, पानाफुलांनी, वृक्षवेलींनी आणि काळ्याकभिन्न पाषाणशिल्पांनी त्याच्या कुशीत वस्ती करून राहिलेल्या अनेकांना एक आगळंवेगळं, सुंदर जीवन दिलेलं आहे. उत्तरेस तापी नदीपासून सुरू होणारी पश्चिम घाटाची पर्वतरांग दक्षिणेस निलगिरी पर्वतापाशी पूर्व घाटात समाविष्ट होते. पालघाट खिंडीनंतर पुन्हा दक्षिणेकडे जाऊन अन्नमलाई डोंगरातून कार्डममच्या पर्वतात विलीन होते. भारताच्या पश्चिम किनाऱ्याला जवळजवळ समांतर जाणाऱ्या या पर्वतरांगेचा बहुतांशी भाग हा लाव्हाने बनलेल्या बेसॉल्ट खडकांचा आहे. अतिदक्षिणेला या पर्वतरांगांतील खडक अतिप्राचीन, एकसंध ग्रॅनाइट नीस प्रकारचा आहे.

सह्याद्रीच्या उत्तर भागात कळसूबाई येथे घाटमाथ्याची उंची १६४६ मीटर आहे. कोकणच्या दिशेने असलेल्या सह्याद्रीच्या तीव्र उताराच्या कड्याची उंची साधारणपणे ६०० मीटर एवढी आहे. भूशास्त्रीयदृष्ट्या, प्रस्तरभंगाने बनलेली आणि गेल्या अनेक वर्षांत मागे सरकलेली ही अध:क्षेपित बाजू हे सह्याद्रीचे अंगावर रोमांच उभे करणारे भूरूप आहे. घाटमाथ्याची उंची उत्तरेकडून दक्षिणेकडे सतत कमी–जास्त होत जाणारी. माथ्यावर भीमाशंकर, महाबळेश्वर यांसारखे विस्तृत पठारी भाग, कृष्णा-गोदावरीसारख्या पूर्ववाहिनी व सावित्री-वाशिष्ठीसारख्या पश्चिमवाहिनी नद्यांचे उगम, खोल घळ्या, उंच धबधबे, ठिकठिकाणी विखुरलेली दाट जंगले, लाल माती आणि जांभा दगड हे सगळेच एखाद्या सुंदर, मोहमयी शिल्पासारखे.

सह्याद्रीच्या पश्चिमेला आणि माथ्यावर भरपूर पाऊस पडतो. इथे भारतात आढळणाऱ्या १३००० वनस्पती जातींपैकी ३५०० जाती आढळतात. सह्याद्रीच्या डोंगररांगांत असणारे वन्य जीवन पूर्वी खूपच समृद्ध होते. इथे अनंत औषधी वनस्पती अजूनही आढळतात. पूर्वी या वनसंपदेचे रक्षण करण्यासाठी सह्याद्रीत वास्तव्य करणाऱ्यांनी स्वत:च्या अशा पद्धती आवर्जून पाळल्या होत्या. 'देवराया' हे त्याचे एक उत्तम उदाहरण. शिवाजीमहाराजांच्या काळात, सह्याद्रीच्या डोंगरात सागाची मुद्दाम लागवड करून त्याचा गलबते, जहाजे बांधणीसाठी उपयोग केला जात असल्याचे उल्लेख आढळतात. आज अनेक ठिकाणी इंधन, चारा यांसाठी झाडे व त्यांची पाने यांचा मोठ्या प्रमाणावर संहार चालू आहे.

वने ही सह्याद्रीची मुख्य संपदा आहे. त्यांचे शोषण थांबविणे आणि संरक्षण करणे, ही आजची मोठी गरज आहे. वनसंवर्धन आणि पुनर्निर्मिती हे काम जिकिरीचे आणि अनेक वर्षे चालणारे असल्यामुळे त्याचे उत्तम नियोजन आजपासूनच करणे आवश्यक आहे. सह्याद्री पर्वतरांगांतून ठिकठिकाणी दगडाच्या खाणी खोदण्याचे जे प्रकार चालू असलेले दिसतात, त्यांवरही निर्बंधांची गरज आहे; आणि सगळ्यांत महत्त्वाची गोष्ट म्हणजे, चुकीच्या पद्धतींनी कार्यान्वित होत असलेल्या विकास-प्रकल्पांना विरोध होणेही आवश्यक आहे.

याचा अर्थ निश्चित असा नाही की, सह्याद्रीच्या प्रदेशात विकास आणि सुधारणा नसाव्यात. सह्याद्रीच्या डोंगराळ व मागासलेल्या भागांतील जीवनमानाचा स्तर उंचावण्यासाठी आवश्यक त्या विकासयोजना हव्यातच, पण विकासाचे कुठलेही काम करताना सह्याद्रीच्या मनस्वी आणि संवेदनशील पर्यावरणाच्या रक्षणाचा विचार त्यात अग्रक्रमाने असला पाहिजे. तो नसल्यामुळे आज सह्याद्रीच्या पर्यावरणातून

जंगलांचे झपाट्याने उच्चाटन होत असून, अगदी कमी उतारावरही जंगलाऐवजी खुरटे गवत आणि उघडे पडलेले खडक दिसू लागले आहेत.

सह्याद्रीत उपलब्ध असलेल्या भरपूर पाण्याचा उपयोग केवळ धरणे बांधणे, जलाशय तयार करणे आणि जलविद्युत प्रकल्प निर्माण करणे यांभोवतीच केंद्रित झाल्यासारखे सध्याचे दृश्य आहे. अलीकडच्या काळात सह्याद्रीच्या नयनरम्य परिसरात पर्यटनविकासाच्या नावाखाली अनेक पर्यटनस्थळे, पर्यटक निवास, आरामगृहे, हॉटेल्स यांचे जणू पेव फुटले आहे; आणि या सर्व गोष्टींत, सह्याद्रीच्या नष्ट होणाऱ्या पर्यावरणाचा विचार करणाऱ्यांची संख्याही कमी होऊ लागलेली आहे.

नैसर्गिक पुनर्निर्मितीसाठी थोडा वेळ दिला, तर पुन्हा एकदा सह्याद्रीचे झपाट्याने नष्ट होणारे पर्यावरण नियंत्रित करता येईल; पुन्हा एकदा दाट जंगलांनी सह्याद्री समृद्ध होऊन जाईल. कोयनेच्या खोऱ्यात, हेळवाकच्या वर, धरणामुळे शिवसागर तलावाने साठ ते सत्तर कि.मी. लांबीचा प्रदेश व्यापल्यामुळे, या भागातल्या माणसाच्या हस्तक्षेपाला आपोआप आळा बसला आहे. त्यामुळे गेल्या काही वर्षांत इथला सगळा प्रदेश पुन्हा एकदा नैसर्गिक पर्यावरणाच्या समृद्धतेमुळे बहरून आला आहे. माणसाची ढवळाढवळ कमी झाली की निसर्ग सहजपणे पूर्वस्थितीला येऊ शकतो, याचे हे एक बोलके उदाहरण !

❏❏

१९. खारफुटी जंगलांचा ऱ्हास

भारताच्या किनाऱ्यावर खारफुटी *(मॅङ्ग्रोव्ह)* ही महत्त्वाची वनस्पती आढळते. महाराष्ट्राचा कोकणकिनाराही याला अपवाद नाही. खाड्या, नदीमुखे आणि किनाऱ्यावरच्या लहान-मोठ्या आखातांत अतिशय दिमाखाने वाढणारी ही वनस्पती आज स्वत:च्या अस्तित्वासाठी अक्षरश: झगडते आहे. किनारी प्रदेशात सुधारणेच्या नावाखाली जो हस्तक्षेप वाढतो आहे, त्याला तोंड देणे या वनस्पतीला दिवसेंदिवस फारच अवघड होत आहे.

खारफुटी वनस्पती संधारणाच्या आणि संरक्षणाच्या अनेक योजना सरकार-दरबारी, कागदांच्या ढिगाऱ्यात बंदिस्त आहेत. प्रत्यक्षात खारफुटी जंगलांची अवस्था दिवसेंदिवस अधिकच दयनीय होते आहे. स्थानिक लोकांनाही या निसर्गदत्त संपत्तीचे महत्त्व फारसे वाटत नाहीसे झालेले आहे. 'इंधनासाठी लाकूडफाटा देणारी खाडी-किनाऱ्यावरची झाडे' यापलीकडे स्थानिकांच्या लेखी या झाडांचा काही उपयोग नाही. ही झाडे पूर्वी खूप होती आणि आता फारच कमी झाली आहेत हे लक्षात येऊनही, याला आपणच जबाबदार आहोत हे मान्य करायलाही कोणी तयार होत नाही.

जगातले खारफुटी जंगलांचे वितरण पाहिल्यावर असे नक्की लक्षात येते की, ही वनस्पती काही विशिष्ट अशा पर्यावरणीय परिस्थितीतच वाढू शकते. 'ओरिएंटल' व 'ऑक्सिडेंटल' या दोन मुख्य विभागांत खारफुटीचे जागतिक वितरण सांगता येते.

यांतील ओरिएंटल विभागात पूर्व आफ्रिकेपासून पश्चिम पॅसिफिकपर्यंतचा उष्ण कटिबंधीय प्रदेश व ऑक्सिडेंटल विभागात पश्चिम आफ्रिकेपासून पूर्व पॅसिफिक-पर्यंतचा उष्ण कटिबंधीय प्रदेश यांचा समावेश होतो.

भारतात बत्तीसशे चौरस किलोमीटरच्या किनारी प्रदेशात खारफुटी जंगले आढळतात, पण त्यातले ८० टक्के क्षेत्र हे पश्चिम बंगाल, ओरिसा व अंदमान-निकोबारमध्येच आहे. उरलेले क्षेत्र तमिळनाडू, महाराष्ट्र व गुजरात राज्यांत आढळते. मिनिकॉय वगळता लक्षद्वीपमध्ये कुठेही खारफुटी आढळत नाही.

भारतात आढळणारी खारफुटी वनस्पती त्रिभुज प्रदेश, खाड्या, बॅकवॉटर आणि उपसागरांचे किनारे अशा विविध प्रदेशांत आढळते. पूर्वकिनाऱ्यावर गंगा, ब्रह्मपुत्रा, महानदी, गोदावरी, कृष्णा या मोठ्या नद्यांच्या मुखांच्या भागात खूप मोठ्या प्रमाणावर या वनस्पतींची जंगले वाढतात. त्या मानाने पश्चिम किनाऱ्यावर त्यांचे प्रमाण कमी आहे. तरीही पश्चिम किनाऱ्यावर नर्मदा-तापीची मुखे, कच्छ-सौराष्ट्राचा किनारा, महाराष्ट्रात डहाणू, पालघर, रेवस या ठिकाणच्या खाडीप्रदेशात या जंगलांची चांगली वाढ झालेली दिसते.

कोकण किनाऱ्यावर वैतरणा, उल्हास, काळ, कुंडलिका, सावित्री, वाशिष्ठी, शास्त्री, काजळी, मुचकुंदी, गड व कार्ली या नद्यांच्या मुखांच्या प्रदेशात कमी-अधिक प्रमाणात खारफुटी वनस्पती व त्यांची जंगले आढळतात.

भरती-ओहोटीच्या प्रदेशात असलेल्या चिखलयुक्त मातीत ही झाडे प्रामुख्याने वाढतात. खाडीत भरतीचे पाणी जिथपर्यंत आत घुसते तिथपर्यंतचा खाडीकिनारा यांच्या वाढीस अनुकूल असतो. जिथे तापमान २० अंश सेल्सियसपेक्षा कधीही कमी नसते आणि तापमानाची तफावत ५ अंशांपेक्षा जास्त नसते, तेथील वातावरणात यांची वाढ चांगली होते. चिखलयुक्त ओलसर जमीन, सागरी लाटांच्या माऱ्यापासून सुरक्षित असे किनाऱ्याचे प्रदेश *(शेल्टर्ड एरिया)*, क्षारयुक्त पाणी आणि खूप मोठी समकक्ष भरती-ओहोटी तफावत *(हॉरिझाँटल टायडल रेंज)* अशी विवक्षित परिस्थिती या वनस्पतीच्या वाढीस खूपच लाभदायक आहे.

खारफुटीच्या प्रदेशात भरती-ओहोटी प्रवाहांचे दैनिक किंवा अर्धदैनिक स्वरूपांचे आगमन-निर्गमन नेहमीच चालू असते. त्यामुळे इथल्या पर्यावरणातही खूपच समृद्धता असते. अनेक अपृष्ठवंशीय प्राणी *(इनव्हर्टिब्रेट्स)*, मासे आणि स्थलांतर करून येणारे पक्षी यांचे हे जणू माहेरघरच असते.

सामान्यपणे खारफुटी झाडांची मुळे खूप खोलवर नसतात आणि ज्या जमिनीत ती वाढतात तिच्या खारटपणामुळे ती निमुळतीही असतात. ही मुळे, खोडाच्या

खालच्या भागापासून बाहेर पडून जमिनीत घुसणारी *(स्टिल्ट रूट्स किंवा प्रॉप रूट्स)* किंवा खोडाच्या वरच्या भागापासून किंवा फांद्यांतून खाली येणारी *(ड्रॉप रूट्स)* या प्रकारची असतात. ही मुळे जमिनीत फार खोलवर जाऊ शकत नाहीत. रायझोफोरा या खारफुटीच्या प्रकारात अशी मुळे असतात. काही वेळा जमिनीत आडव्या पसरलेल्या शाखांतून मुळे वर येताना दिसतात. त्यांना न्यूमॅटोफोअर्स किंवा श्वसन मुळे *(ब्रीदिंग रूट्स)* असे म्हटले जाते. ॲव्हिसिनिया प्रकारच्या खारफुटीची मुळे यात मोडतात.

ही मुळे चिखलयुक्त मातीत झाडांना जसा भक्कम आधार देतात, तशीच ती भरती–ओहोटीच्या दरम्यान अन्नघटकांचे शोषणही करतात. नवीन झाडांचे अंकुरण *(जर्मिनेशन)* झाडावरच होते. इथेच नवीन बीजके *(सीडलिंग्ज)* वाढतात व खाली पडल्यावर वाढीस योग्य जमिनीत सहजपणे वाढू शकतात. यास 'व्हिव्हिपॅरी' असे म्हटले जाते.

खारफुटी जंगलांचा अतिशय महत्त्वाचा उपयोग म्हणजे त्यांच्यामुळे होणारे किनारपट्ट्यांचे रक्षण. लाटांना विरोध करून, त्यांचा जोर कमी करून, किनाऱ्यांची झीज होऊ न देण्याचे काम ही झाडे अतिशय प्रभावीपणे करीत असतात. याचबरोबर अनेक जलचरांसाठी आणि आर्थिकदृष्ट्या महत्त्वाच्या अशा मत्स्यप्रकारांसाठी ही जंगले अन्नसाठ्याची व पोषणाची ठिकाणे म्हणूनही काम करतात. खाडीत जमिनीकडून येणारे पृष्ठप्रवाह, त्यांतील गाळ आणि त्यातून वाहात येणारी पोषकद्रव्ये या सर्वांचा अतिशय उत्तम समतोल ही झाडे राखतात. किनारपट्टीच्या प्रदेशात घरबांधणी, होड्या व जहाजांची बांधणी यांसारख्या उद्योगांत खारफुटी झाडांच्या खोडांचा उपयोग होतो. उत्तम जळाऊ लाकूड म्हणूनही त्यांचा उपयोग केला जातो.

खारफुटीच्या आज आढळणाऱ्या ६० जातींपैकी बऱ्याच जातींचा वापर अनेकविध कारणांसाठी केला जातो. काहींची फळे, पाला व पाने ही खाण्यायोग्य असतात, पण ती फार कमी प्रमाणात खाल्ली जातात व अन्नतुटवड्यासारख्या परिस्थितीतच खाल्ली जातात *(स्टार्व्हेशन डाएट)*. काहीतून तेल, तर काही फळांतून मध घेतला जातो. बरेचदा गुरांसाठी चारा म्हणूनही खारफुटीचा उपयोग केला जातो. माणसाने अर्थातच या जंगलांची सर्वांत अधिक हानी केलेली आहे. बांधकामे, मत्स्यशेती व इतर उद्योगांकरता माणसाने खारफुटीच्या फांद्या, मुळे व खोडे यांचा वापर करून, खारफुटी प्रदेशातून खारफुटी वनस्पतींची हकालपट्टीच चालू केली आहे.

अनेक औद्योगिक शहरांसाठी किनाऱ्यावरील खारफुटींचे प्रदेश म्हणजे सांडपाणी सोडण्याच्या सोईस्कर जागा *(वेस्ट डिस्पोजल ग्राऊंड्स)* झालेल्या आहेत. भातशेतीकरिता खारफुटीचे पुन:प्रापण *(रेक्लमेशन)* करण्याच्या प्रयोगातही या जंगलांचा विनाश घडतो आहे.

म्हसळा खाडीकरिता सुचविलेल्या बायोस्फिअर रिझर्व्हची संरचना

विभाग	विभागाची वैशिष्ट्ये	आरक्षणाचे स्वरूप	उपयुक्तता
गाभा विभाग	दाट खारफुटी जंगल सागरी जीवजंतू, मासे, शेलफिश व इतर क्रस्टेशिअन्सनी समृद्ध	जळण म्हणून फांद्या तोडणे, चारा म्हणून पाने तोडणे, लाकूड म्हणून झाडे तोडणे यांवर निर्बंध. खार बंधारे बांधण्यास मनाई. मासेमारी बंदी.	पूर्णपणे नैसर्गिक वाढ, जैवविविधतेची जोपासना, स्थलांतर करून येणाऱ्या पक्ष्यांसाठी अभयारण्य.
संक्रमण विभाग	विरळ जंगल, कमी उंचीची खारफुटी, खारट जमिनी, पाणथळ	बांधकामे, हॉटेल्स, आरामगृहे, तसेच मत्स्यशेतीची तळी यांच्या बांधकामास बंदी, भातशेतीस व पुन:प्रापणास बंदी. माती काढण्यावर बंदी.	ठराविक जातींची वाढ जळण म्हणून. कुंपणासाठी वापर म्हणून, मासेमारीच्या जाळ्यांसाठी काठ्या म्हणून, तसेच औषधी उपयोगासाठी, मध काढण्यासाठी वापर. संशोधनकेंद्र.
बहुउद्देशीय विभाग	थोडा जास्त उंचीवरचा प्रदेश, विखुरलेल्या वस्त्या, शेतजमिनी, पुन:प्रापित जमिनी	मोठ्या प्रमाणावरील मत्स्यशेतीस मनाई. मर्यादित पुन:प्रापण	परिसरपर्यटन, अभ्यास – केंद्र, खारफुटीवर आधारित उद्योगधंद्यांस प्रोत्साहन.

या सर्व गोष्टींचा विचार करून सर्वोच्च न्यायालयाने १९८५ च्या सुमारास या जंगलांचा समावेश C R Z (कोस्टल रेग्युलेशन झोन) मध्ये करून खारफुटीच्या वापरावर निर्बंध घातले आहेत. पर्यावरणीय असंतुलन व विनाश यांस आळा बसावा हा यामागचा मुख्य हेतू. पण याचा फारसा उपयोग झालेला दिसत नाही. गेल्या दशकभरातच भारतातील खारफुटी जंगलांपैकी ३० टक्के जंगले नष्टच झाली आहेत.

याची मुख्य कारणे अर्थातच खारफुटीचा अनिर्बंध वापर व संधारण आणि संरक्षणाचे अपुरे व काही अंशी चुकीचे व्यवस्थापन, हीच आहेत.

महाराष्ट्राच्या कोकण किनाऱ्यावर याकरता खारफुटीची काही ठिकाणे 'आरक्षित जीव-मंडल प्रदेश' *(बायोस्फिअर रिजर्व्ह)* म्हणून ओळखणे आत्यंतिक गरजेचे झाले आहे; कारण सी.आर.झेड.नुसार खारफुटीच्या प्रदेशात हॉटेल्स, लॉजिंग यांच्या बांधकामास व मत्स्यशेतीस बंदी असूनही तिचे काटेकोर पालन होताना दिसत नाही. काही महिन्यांपूर्वी सरकारनेच ही बंधने शिथिल केल्यामुळे, खारफुटीच्या अस्तित्वाला फारच मोठा धोका निर्माण होऊ पाहतो आहे.

महाराष्ट्रात सावित्री नदीच्या मुखाजवळ, रेवस खाडीत, कुंडलिका नदीच्या प्रदेशात, मुरुडजवळ राजपुरी खाडीत, म्हसळा खाडीत आणि दाभोळ खाडीतही ठिकठिकाणी खारफुटीची दाट जंगले आहेत. व्यवस्थापनाच्या आणि कठोर नियमांच्या अभावामुळे इथेही ही जंगले झपाट्याने नष्ट होत आहेत. यांचे संरक्षण करण्यासाठी, ह्या सर्व ठिकाणी आढळणारी जैवविविधता पाहता, या जंगलांचे आजूबाजूच्या माणसांशी असलेले जवळचे नाते पाहता या ठिकाणांना Biosphere Reserveचा दर्जा देणे आवश्यक आहे.

रायगड जिल्ह्यातील म्हसळा खाडीतील दाट खारफुटी वनांचा प्रदेश, तेथे आढळणारी जैवविविधता व झाडांची होत असलेली अनिर्बंध तोडणी, या सर्वांचा अभ्यास करून त्याकरता प्रस्तुत लेखकाने सुचवलेली बायोस्फिअर रिजर्व्हची संकल्पना या पुस्तकात दिली आहे.

पर्यावरणसंरक्षण व संवर्धनाच्या अभयारण्यासारख्या पारंपरिक योजनांत, वन्यजीव व आजूबाजूच्या माणसांच्या वस्त्या यांत निश्चित अशी सीमारेषा असते. बायोस्फिअर रिजर्व्हमध्ये मात्र मानवी वस्त्या व नैसर्गिक संपदा यांचा अतूट संबंध आणि मानवाचा निसर्गाशी असलेला नित्य संपर्क लक्षात घेऊनच, त्याची आखणी केलेली असते.

खारफुटीची जंगले ही स्थानिकांच्या दृष्टीने अत्यंत महत्त्वाची अशी नैसर्गिक संपदा आहे. कोकण किनारपट्टीवरच्या अनेक लहानमोठ्या वस्त्या विविध कारणांसाठी या वनस्पतींवरच अवलंबून आहेत; पण लोकसंख्येच्या आणि विकासाच्या वाढत्या दबावामुळे ही जंगले वेगाने नष्ट होत आहेत. म्हणूनच, माणसाची गरजही भागली पाहिजे व खारफुटींचे रक्षणही झाले पाहिजे या दृष्टीने बायोस्फिअर रिजर्व्ह संकल्पना राबविणे आवश्यक आहे.

पुस्तकातील नकाशा हा या खाडीच्या, आयआरएस उपग्रहाने घेतलेल्या प्रतिमेवर आधारित आहे, त्यावर बायोस्फिअर रिजर्व्हचा आराखडा पुनर्रोपित *(सुपरइंपोज)* केला आहे.

या आराखड्यात मधल्या वर्तुळातला गडद निळ्या रंगाने दाखविलेला, हा गाभा– प्रदेश असून *(कोअर एरिया)* खारफुटीच्या दाट वाढीचे प्रदेश चौकटीने दाखविले आहेत. खाडीच्या दोन्ही किनाऱ्यांवर ही वनस्पती आढळून येते. भरतीच्या वेळी दोन्ही बाजूंच्या किनाऱ्यांवरून पाणी घुसून खारफुटींची जंगले जलमय होतात. ओहोटीच्या वेळी पाणी पुन्हा ओसरते. पाण्याच्या या संचलनामुळेच इथली जैवविविधता वाढते. खाडीतल्या या भागात खारफुटीची झाडे उंच व दाट आहेत ; तसेच काही ठिकाणी नवीनच वाढलेली झाडेही आढळतात. आराखड्यात, नवीन वाढलेली खारफुटी काळ्या रंगाने दर्शवली आहे. गाभा विभागातील जंगल हे निव्वळ संवर्धन व संधारणाकरताच आरक्षित करणे इष्ट आहे.

गाभा प्रदेशाच्या बाहेरच्या वर्तुळातला, फिकट निळ्या रंगाने दाखविलेला भाग, संक्रमण विभाग *(बफर झोन)* म्हणून ओळखता येईल. या विभागात फारशी घनता नसलेली जंगले समाविष्ट होतात. येथील झाडांचा बांधकामासाठी, किंवा जळाऊ लाकूड म्हणून वापर करता येईल. इतर नवीन जातींच्या रोपणाचे प्रयोगही याच विभागात करता येतील. ज्या जातींचा, माणसाला नैसर्गिक संपदा म्हणून, नियंत्रित प्रमाणात उपयोग करता येईल, अशा जाती येथे वाढविणे शक्य होईल. खाडीतील खारफुटीच्या संबंधीचे संशोधनकेंद्र याच भागात उभारणे इष्ट ठरेल. तांबड्या रंगाच्या ठिपक्यांनी अशी ठिकाणे दर्शविली आहेत.

संक्रमणविभागाच्या बाहेरच्या वर्तुळातील, पिवळ्या रंगाने दाखविलेले क्षेत्र बहुउद्देशीय उपयोगासाठी *(मल्टिपर्पज यूज)* वापरता येईल. या विभागात, मुख्यत: माजगाव, ताम्हाणे, निगडी, खारगाव, खारसाई, आगरवाडा, मेंदाडी व वारळ या ग्रामीण वस्त्या येतात. खारफुटीच्या संरक्षणाच्या व संवर्धनाच्या सर्व प्रकारच्या योजनांचे नियंत्रण इथून करता येईल. खारफुटीवर आधारित काही उद्योगही इथेच निर्माण करणे योग्य होईल. तांबड्या रंगाच्या बाणांनी अशी ठिकाणे दर्शविली आहेत.

खारफुटी ही नैसर्गिक संपदा वाचवावयाची असेल, तर कोकणातल्या इतर खाड्यांकरताही अशा तऱ्हेच्या योजना आखून तेथील समृद्ध खारफुटीचे जतन, संरक्षण व संवर्धन करणे आवश्यक आहे. आजच्या काळाची ती आत्यंतिक निकड आहे, असे म्हटले तरी चालेल !

॰॰

२०. किनारी पर्यावरणाचा ऱ्हास

किनारी प्रदेशांच्या संरक्षणासंबंधीचा (कोस्टल रेग्युलेशन झोन) (सी.आर.झेड.) हा अधिनियम १९ फेब्रुवारी १९९१ पासून भारताच्या दोन्ही किनाऱ्यांसाठी लागू करण्यात आला. त्यानंतर आजपर्यंत 'सीआरझेड'च्या अधिसूचनेत राज्यकर्ते आणि बांधकाम व्यावसायिक यांच्या फायद्यासाठी नऊ वेळा बदल करण्यात आले आणि आता २१ मे २००२ रोजी केंद्र सरकारने जाहीर केलेल्या बदलामुळे तर या मूलत: किनारी पर्यावरणाच्या रक्षणासाठी असलेल्या कायद्याचा गैरवापर होण्याची दाट शक्यता निर्माण झाली आहे. किनारी पर्यावरणाच्या भविष्यातील ऱ्हासाची ही नांदीच आहे, असे म्हणायला हरकत नाही.

किनारी प्रदेशांच्या रक्षणाचा महत्त्वाचा निर्णय अधिनियम म्हणून पर्यावरण व वन खात्याने १९९१ मध्ये लागू करायला सुरुवात केली. भरतीमर्यादेपासून ५०० मीटरपर्यंतचा किनारी प्रदेश सुरक्षित ठेवण्याच्या दृष्टीने सागरकिनारे, उपसागर, खाड्या, नद्या, बॅकवॉटर्स या सर्व प्रदेशांना तो लागू करण्यात आला. 'सीआरझेड'चा अर्थ किनारी प्रदेशाचा विकास थांबवावा असा नसून, तो नियंत्रित करावा, असा आहे. अर्थातच ज्यामुळे किनाऱ्यांची नासधूस होईल, प्रदूषण वाढेल, पर्यावरण बिघडेल, अशा सर्व गोष्टींना या अधिनियमानुसार बंदी घालण्यात आली आहे.

किनाऱ्यावरील लोकसंख्येची वाढती समस्या, औद्योगिकीकरण, बांधकामे,

अनिर्बंध पर्यटनव्यवसाय व त्यामुळे निर्माण होणाऱ्या अडचणी यांसाठी 'सीआरझेड'ची गरज भासू लागली होती. बांधकामे, खनिजकर्म आणि पुनर्प्रापण यांवर बंदी किंवा नियंत्रण घातल्याशिवाय भारताच्या किनाऱ्यांचे व तिथल्या पर्यावरणाचे रक्षण करणे कठीण होऊन बसले होते.

हे सर्व परिणामकारकपणे होण्यासाठी किनारी प्रदेशाचा भरती मर्यादेपासून जमिनीच्या दिशेने ५०० मीटर रुंदीचा प्रदेश चार विभागांत विभागण्यात आला.

'सीआरझेड' विभाग १ मध्ये भरती–ओहोटी दरम्यानचा सर्व प्रदेश, पुळण प्रदेश व समुद्रकड्यांचा तळभाग समाविष्ट केला जातो. पर्यावरणाच्या दृष्टीने हा अतिशय महत्त्वाचा व संवेदनशील विभाग आहे. राष्ट्रीय सागरी उद्याने, अभयारण्ये, वन्य जीवांच्या जागा, खारफुटी, प्रवाळांचे प्रदेश, सागरी जीवांच्या प्रजननक्षेत्राच्या जवळचे विभाग यांचा या विभागात समावेश होतो. या विभागात ५०० मीटरपर्यंत नवीन बांधकामास पूर्ण बंदी आहे.

'सीआरझेड' विभाग दोनमध्ये किनाऱ्यापर्यंत किंवा किनाऱ्याजवळचे यापूर्वीच विकसित झालेले प्रदेश येतात. हे मुख्यत: नगरपालिकेच्या हद्दीतील व नागरी विभाग आहेत. पुरेसा शहरीकरण झालेला, बांधकाम झालेला, पाणीपुरवठा, संपर्क रस्ते व इतर सुविधा आणि जलोत्सारण व इतर उत्सर्जनसुविधांनी युक्त असा हा प्रदेश.

या विभागातही नवीन रस्ते व बांधकामांना परवानगी नाही. 'सीआरझेड' विभाग तीन हा या संरक्षणयोजनेतील महत्त्वाचा विभाग, ज्याचा समावेश पहिल्या दोन विभागांत होत नाही, असा तुलनेने कमी ऱ्हास पावलेला, प्रामुख्याने ग्रामीण वस्त्यांजवळील किनारी विभाग यात समाविष्ट केलेला आहे. हा विकसित किंवा अर्धविकसित प्रदेश असून, तो शहर किंवा नगरपालिकेच्या हद्दीतील, पण बांधकाम न झालेला प्रदेश असतो.

या विभागातील भरती मर्यादेपासून २०० मीटरपर्यंतचा पट्टा विकासरहित प्रदेश *(नो डेव्हलपमेंट झोन)* म्हणून ओळखण्यात आलेला आहे. इथे नवीन बांधकामांना परवानगी नाही. पूर्वीपासून असलेल्या बांधकामांच्या केवळ दुरुस्तीला परवानगी आहे. मात्र इथे शेती, बागायती, मळे, कुरणे, उद्याने, क्रीडांगणे व मिठागरे यांना परवानगी आहे. पर्यटनाच्या तात्पुरत्या निवासाकरता बांधलेल्या इमारतींनाही परवानगी आहे.

'सीआरझेड' विभाग ४ मध्ये अंदमान, निकोबार, लक्षद्वीप व इतर बेटांचा समावेश आहे. इथे प्रवाळ खडकांचा बांधकामासाठी वापर निर्बंधित आहे.

'सीआरझेड'च्या या मूळच्या अधिनियमावर प्रमुख आक्षेप असा आहे, की याची भाषा गोंधळात टाकणारी आहे व अस्पष्ट असून, यात इतके कच्चे दुवे आहेत, की

त्यामुळे 'सीआरझेड'च्या मूळ उद्दिष्टांनाच बाधा येते.

ऑगस्ट १९९९ मध्ये एका अधिसूचनेमार्फत या अधिनियमात खूपच बदल करण्यात आले. मूळ 'सीआरझेड'प्रमाणे भरतीच्या मर्यादेपासून ५०० मीटरपर्यंतचा प्रदेश, खाड्या, नद्यांचे पाणलोट संरक्षित होते. यात स्थलवैशिष्ट्यानुसार १०० मीटरपर्यंत सुधारणेस वाव होता. पण १९९९ मध्ये भरतीमर्यादेपासून केवळ ५० मीटरपर्यंतचाच प्रदेश संरक्षित केला गेला. सर्वोच्च न्यायालयाने याविरुद्ध निकाल दिला होता.

आता मे २००२ च्या अधिसूचनेनुसार 'सीआरझेड' विभाग तीनमध्ये स्पेशल इकॉनॉमिक झोन या गोंडस नावाखाली काही विशिष्ट प्रकारच्या बांधकामांना परवानगी देण्यात आली आहे. यात प्रदूषण न करणारे, माहिती तंत्रज्ञानाशी निगडित उद्योग, सेवा उद्योग, बीच रिसॉर्ट आणि त्याच्याशी निगडित सुविधा पुरविणारे उद्योग यांच्या बांधकामास परवानगी देण्यात आली आहे.

नदीच्या किंवा खाडीच्या दोन्ही किनाऱ्यांपासून १०० मीटर किंवा नदी किंवा खाडीच्या रुंदीइतक्या प्रदेशात बांधकामास परवानगी नसली तरी नवीन नियमानुसार भरतीपरिणाम जिथपर्यंत जाणवतो आणि क्षारता दर हजारी ५ पर्यंत आहे, असा भाग निर्बंधित केलेला आहे. याकरिता प्रत्येक किनारी प्रदेशाचे क्षारतादर्शक नकाशे तयार होणे गरजेचे आहे. भरतीमर्यादेची नेमकी आखणी व या सर्व गोष्टींवर राज्य सरकारची करडी नजर असणेही आवश्यक आहे. प्रत्यक्षात यात कुणालाही स्वारस्य असल्याचे दिसत नाही.

महाराष्ट्रात तर 'सीआरझेड'चे उल्लंघन करण्याच्या अनेक घटना घडल्या आहेत आणि अजूनही घडत आहेत. अकृषक बांधकामांना परवानगी नसूनही 'सीआरझेड'मध्ये प्रत्येक किनारी जिल्ह्यात बेकायदेशीर बांधकामे झालेली आहेत.

यामुळे किनारी पर्यावरणाचा जो अनिर्बंध ऱ्हास सध्या चालू आहे; तो आता राजाश्रयाने आणखी वाढण्याची शक्यता 'सीआरझेड'च्या नवीन बदलामुळे निर्माण झाली आहे.

❏❏

२१. वाळूचा उपसा व नदीपात्रांचा ऱ्हास

नदीपात्रातून वाळूचा उपसा करण्यावर शासनाने बंदी घातली आहे. २० नोव्हेंबर २००२ ला घातलेल्या बंदीचा आदेश २४ डिसेंबर २००२ पासून अमलात आला आणि नदीपात्रातून वाळू काढण्याच्या व्यवसायात गुंतलेल्या लोकांवर संकटच कोसळल्यासारखे झाले.

नदीपात्रातून नदीमुखे व खाड्यांमधून बांधकामाकरता वाळू काढण्याचा उद्योग महाराष्ट्राप्रमाणेच इतर राज्यांतही फार मोठ्या प्रमाणावर चालतो. केरळ, तमिळनाडूमध्ये वारंवार या व्यवसायावर बंदी येऊनही तो महाराष्ट्राप्रमाणेच अनिर्बंधपणे व अव्याहतपणे चालू आहे. महाराष्ट्रात तर बांधकामव्यवसायाची जी बेलगाम वाढ होत आहे, त्यात बांधकामासाठी वाळूची प्रचंड गरज व मागणी असते आणि ती पुरवण्यासाठी राज्यातील नद्यांची पात्रे व किनारी प्रदेशांतील खाड्यांतून वाळूचा सतत उपसा चालू आहे.

वैतरणा आणि ठाणे यांसारख्या खाड्या वाळू उपसा करणाऱ्या होड्यांनी अक्षरश: भरून गेलेल्या दिसतात. मुंबईसारख्या महानगराची वाळूची भूक भागवण्यासाठी आज या खाड्यांमधून लक्षावधी टन वाळू रोज उपसली जाते आहे. वाळू उपसण्यासंबंधीचे सगळे नियम धाब्यावर बसवून, पुढारी आणि शासकीय यंत्रणेच्या आशीर्वादानेच नद्यांचे व खाड्यांचे तळ निर्दयपणे खरवडले जात आहेत.

नियमानुसार आणि शास्त्रशुद्ध पद्धतीने केलेला वाळूचा उपसा हा अनेक वेळा फायदेशीर ठरतो, असे नेहमीच दिसून येते. मात्र अधिकाधिक वाळू मिळविण्याच्या हव्यासापोटी प्रमाणाबाहेर वाळू उपसल्यास नद्यांचा आणि खाड्यांचा नैसर्गिक समतोल बिघडून अनेक समस्या निर्माण होतात.

अयांत्रिक पद्धतीने *(मॅन्युअल)* वाळू काढण्यामुळे नदीपात्राचे जे नुकसान होते, त्यापेक्षा कित्येक पटींनी जास्त हानी ही यांत्रिकरीत्या वाळू काढण्याच्या प्रकाराने होते. शिवाय त्यामुळे या व्यवसायावर अवलंबून असणाऱ्या लहान व्यावसायिकांच्या पदरी खूपच कमी वाळू पडते. त्यामुळे ते देशोधडीला लागतात.

नदीपात्रातून किंवा खाडीतून वाळू काढण्याचा व्यवसाय हा उदरनिर्वाहाचे साधन म्हणून जरूर वाढवता येतो; पण त्याकरता कडक नियंत्रण व नियमांचे पालन, याची गरज असते. आपल्याकडे या गोष्टींची पूर्णपणे वानवा असल्यामुळे व धनिक आणि पुढारी यांच्यासमोर हात टेकण्याच्या शासकीय यंत्रणेच्या मानसिकतेमुळे वाळू उपसा ही दिवसेंदिवस मोठी गंभीर समस्या बनू पाहत आहे.

पर्यावरणरक्षणाची मनापासून इच्छा असणाऱ्यांनी वाळू उपशामुळे होणाऱ्या पर्यावरणीय परिणामांकडे जनतेचे अनेक वेळा लक्ष वेधले गेले आहे. बेसुमार उपशामुळे भूजलपातळी खाली जाणे, शेतीसाठी, पिण्यासाठी व औद्योगिक व्यवहारांसाठी पाण्याची टंचाई जाणवणे, नदीपात्राच्या आजूबाजूच्या जमिनी खचणे, नद्यांवरील पूल व नदीकाठचे रस्ते ढासळणे, अशा अनेकविध समस्या उद्भवतात.

सगळीकडेच १९९० पासून या समस्या जास्तच भेडसावू लागल्या आहेत. सामान्यपणे नदी व खाडी पात्रातून वाळू उपसताना ती ९० सें.मी. ते १ मीटरपेक्षा जास्त खोलीवरून काढणे धोक्याचे असते. वाळू काढण्याचा परवाना देताना नदीपात्राच्या कोणत्या भागातून वाळू काढायची परवानगी आहे, तेही नेमके नमूद करणे आवश्यक असते. या गोष्टींची नोंद परवान्यात केलेली असली तरी महाराष्ट्रात नेहमीच या दोन्ही गोष्टींचे सर्रास उल्लंघन केले जाते आणि ६ ते ८ मीटर खोलीपर्यंतही नदीपात्रे व विशेषत: खाड्यांतून वाळू उपसली जाते. परवानगी असलेल्या प्रमाणापेक्षा सहा-सात पट जास्त वाळू नेहमीच उपसली जाते. परवान्याची मुदत संपली, तरी बिनदिक्कतपणे वाळू उपसण्याचा उद्योग अनेक ठिकाणी चालूच असतो.

या सगळ्या नियमबाह्य घटनांमुळे नदीकाठच्या गावांना निरनिराळ्या समस्या भेडसावू लागतात. वाळूच्या अनिर्बंध उपशामुळे नदीपात्रात पाणी टिकून राहात नाही वा वाळूचा अडथळा न राहिल्यामुळे सहजगत्या समुद्राच्या दिशेने वाहात जाते.

यामुळे महाराष्ट्रात जे प्रवाह कायमस्वरूपी पाण्याचे होते *(पेरीनिअल)* ते आता केवळ मोसमी पावसातच पाण्याने भरलेले असतात. याचा परिणाम असा होतो, की नदीकाठच्या प्रदेशातील शेती, जलसिंचन, विहिरीतील पाण्याची उपलब्धता, भूजलपातळी यावर प्रतिकूल परिणाम होतो. लहान नद्यांतील वाळूउपशामुळे त्यांची पात्रे उघडी पडून कोरडी पडतात. काही ठिकाणी विशेषत: किनाऱ्याजवळील नदीपात्रात खारे पाणी घुसते व आजूबाजूच्या विहिरींतील पाण्याची क्षारता वाढते. याचा दुसरा परिणाम असाही होतो, की गोड पाण्यात वाढणारे मासे व इतर जलचर नष्ट होतात. त्यांचे प्रमाण कमी झाल्यामुळे नदी व खाडी काठावरील लोकांच्या उदरनिर्वाहाचा प्रश्न गंभीर बनतो.

महाराष्ट्रात गोदावरी, दूधना नद्यांत आणि वैतरणा, भाईंदर, विरार, आगाशी, ठाणे, कळवा, माहीम या भागांत ही समस्या प्रकर्षाने जाणूव लागली आहे. नदीतून काढलेली वाळू घेऊन जाणारे ट्रक रस्ते व आजूबाजूची घरे यांची नासधूस तर करतातच, शिवाय ट्रकमधून नेली जाणारी वाळू आजूबाजूला उडत जाऊन लोकांच्या श्वासामार्फत फुप्फुसात जाते व त्याच्याशी निगडित विकार होऊ लागतात. या भागात आणखी एक वेगळी समस्या अशीही आहे, की शेतात काम करणारे मजूर, वाळू उपसण्याच्या व्यवसायात मिळणाऱ्या थोड्या अधिक मोबदल्यामुळे तिकडे मोठ्या संख्येने वळत आहेत.

लहान यांत्रिक किंवा अयांत्रिक होड्यांतून काळजीपूर्वक व मर्यादित स्वरूपात वाळूचा उपसा केल्यास नद्यांतील आणि खाडीतील पाण्याची पुरेशी व वाहतुकीस योग्य अशी खोली ठेवल्यास त्याचा फायदाच होतो. शिवाय अशा नियंत्रित उपशामुळे नदीच्या किनाऱ्यावर पूर येण्याचा धोकाही कमी होतो. पावसाळ्यात पाण्याचा पटकन निचरा होतो.

नदीपात्रात, अयांत्रिक पद्धतीने वाळूचा उपसा करण्याचे पट्टे सुनिश्चित केल्यास लहान व्यावसायिकांस या निसर्गदत्त संपत्तीचा फायदा करून घेणे शक्य होईल, मात्र खनिज निष्कारण कायद्यामुळे *(मिनरल एक्सट्रॅक्शन ॲक्ट)* आज तरी याची शक्यता कमीच दिसते. नियंत्रित वाळू उपशामुळे नदीपात्रांची जलसाठवणक्षमता वाढते. धारवाड, दावणगेरी इथे नियंत्रित वाळू उपशाचे चांगले परिणाम दिसून येत आहेत.

❑❑

२२. बदलते पर्यावरण व कालनिर्णय

आपल्या आजूबाजूचे नैसर्गिक पर्यावरण लक्षणीय वेगाने बदलते आहे. पूर्वी पर्यावरणात होणारे नैसर्गिक बदल सहजासहजी लक्षात येत नसत; परंतु गेल्या काही वर्षांतल्या – विशेषत: विसाव्या शतकाच्या उत्तरार्धातल्या – घटना पाहता बदलांची प्रक्रिया तीव्र होऊन बदलांचा वेगही खूपच वाढल्याचे जाणवते आहे.

अतिवृष्टी, पूर, भूमिपात (लँडस्लाईड्स), उन्हाळ्याची वाढती तीव्रता, नदीपात्रातील गाळाचे वाढते प्रमाण, विध्वंसक वादळांची संख्या, भूजलाच्या वारंवार बदलणाऱ्या पातळ्या आणि समुद्राचे किनारी प्रदेशात वाढते आक्रमण या कोणाच्याही सहजपणे लक्षात याव्यात अशा घटना.

काही घटना अशा आहेत की, त्या सहजपणे लक्षात येत नाहीत; पण थोड्याशा काळजीपूर्वक अभ्यासानंतर आणि निरीक्षणानंतर त्या समजतात व त्यातील बदलांची तीव्रताही लक्षात येते. आर्क्टिक आणि अंटार्क्टिक, तसेच ग्रीनलँड प्रदेशातील समुद्र-पृष्ठावरील बर्फाची कमी होणारी जाडी, महासागर, आखाते व उपसागर यांतील जलचरांच्या संख्येत होणारे बदल, त्यांच्या नष्ट होणाऱ्या जाति-प्रजाती, वाळवंटे व अरण्य प्रदेशांच्या बदलत्या सीमा, वनस्पतींचे झपाट्याने बदलणारे साहचर्य (असोसिएशन्स) आणि हवामानात व सागरपातळीत होत असलेले बदल या घटना शास्त्रज्ञांना गेली काही वर्षे अस्वस्थ करीत आहेत. या घटना ज्या वेगाने घडत आहेत,

तो वेग तर जास्त अस्वस्थ करणारा आहे.

प्राचीन काळापासून अशा तऱ्हेने पर्यावरणीय बदल पृथ्वीवर होतच आले आहेत. मात्र त्या काळी या बदलांची गती खूप संथ होती. दहा लक्ष वर्षांपासून पृथ्वीवर झालेले पर्यावरणीय बदल खूपच आश्चर्यकारक असे आहेत. अतिप्राचीन काळातील बदलांचा कालखंड *(टाइम पिरीयड)* २५ कोटी वर्षे इतका विस्तृत असल्याचे कालनिश्चिती किंवा कालनिर्णय पद्धतींनी *(डेटिंग मेथडस्)* सिद्ध होते. प्राचीन काळातील बदलांचा कालखंड १००० वर्षे, तर अर्वाचीन *(रिसेंट)* काळात हा १०० वर्षे इतका होता. याचाच अर्थ असा की, अतिप्राचीन काळापासून अर्वाचीन काळापर्यंत बदलाची प्रक्रिया हळूहळू वेगवान झाल्यापासून कमी कालखंडात जास्त बदल होण्याची निसर्गातील वृत्ती वाढली आहे.

सध्याच्या काळात *(मॉडर्न पिरियड)* हा कालखंड केवळ १० ते १५ वर्षे टिकून लगेचच त्यात बदल होण्याची वृत्ती वाढीस लागली आहे. या लेखाच्या सुरुवातीस सांगितलेल्या जवळजवळ सर्वच पर्यावरणीय बदलात हा वेग थोड्याफार फरकाने सारखाच असल्याचे दिसते आहे.

हे बदल नैसर्गिक घटना म्हणून घडत असले तरी त्यांपैकी बरेच बदल होण्यास मनुष्य कारणीभूत आहे. विकास, सुधारणा, सुविधा, औद्योगिक प्रगती यांसारख्या नावांनी निसर्गात चाललेल्या अमर्याद ढवळाढवळीचा तो परिपाक आहे.

विसाव्या शतकाच्या उत्तरार्धात जगभराच्या हवामानात व पर्जन्यमानात बदल होत असल्याचे स्पष्टपणे जाणवू लागले आहे. 'हवामान' या सर्वव्यापी घटकाचा परिणाम इतर छोट्या-मोठ्या घटनांवर होणार हे गृहीत धरले तरी माणसाच्या विविध क्रिया-प्रक्रियांमुळे बदलांना चालना मिळते आहे, हे नाकारून चालणार नाही. जगभरात चालू असलेल्या 'पर्यावरणीय बदल' *(एन्व्हायरनमेंटल चेंज)* या संबंधातील संशोधनानुसार, तापमानातील बदल हे बहुतांशी नागरीकरणप्रक्रियेचेच *(अर्बनायझेशन)* परिणाम आहेत. टोकियो आणि ओसाका येथे १९१० ते १९५०च्या दरम्यान झालेले तापमानबदल हे त्याचे उत्तम उदाहरण आहे.

पर्यावरणात झालेले बदल समजून घेण्याची एवढी निकड का याची कारणे आहेत. आजच्या वातावरणाशी आणि हवामानाशी विसंगत वाटणाऱ्या घटना, वृक्ष, प्राणी, त्यांच्या वृत्ती *(बिहेविअर)*, अस्तित्वासाठी अनुकूल नसणाऱ्या परिस्थितीतही जिवंत राहण्याची त्यांची धडपड याची अजूनही समाधानकारक अशी न मिळालेली उत्तरे हे यातले महत्त्वाचे कारण आहे. पर्यावरणात भूशास्त्रीय काळात झालेले बदल सर्वत्र एकाच वेळी घडले, की वेगवेगळ्या कालखंडांत व विविध ठिकाणी झाले, हे

निश्चित करणे, हेही एक कारण आणि या घटनांच्या अभ्यासातून मनुष्याच्या उत्क्रांतीचा इतिहास उकलणे हे तर सर्वांत महत्त्वाचे कारण.

कालनिर्णय पद्धती व पर्यावरण बदलांचा तक्ता

कालनिर्णयाची पद्धत	निश्चित करता येणारा कालखंड वर्षापूर्वी	प्राप्त होणारी अचूकता (वर्षे)	पर्यावरण बदल
१. पुराअभिलेखीय (अर्काइव्हल)	५०००	१ ते १०	अनेकविध हिमनद्यांचा इतिहास
२. पुरातत्त्वीय (ऑर्किऑलॉजिकल)	५० ते ४०,०००	१ ते १०००	गाळ व संचयनाचा इतिहास
३. रेडिओ कार्बन कार्बन – १४	२०० ते ४०,०००	२० ते १०००	सेंद्रिय द्रव्ये अश्मीभूत खडक,जीवावशेष
४. उष्मा अवदीप्ती (थर्मोल्युमिनिसन्स)	१००० ते ४०,०००	५० ते १०००	लोएस मृदा, बर्न्ट क्ले
५. सिझिअम – १३७	१ ते ३५	१ ते ५	सरोवर अवसाद
६. लेड – २१०	१० ते १००	१ ते १०	सरोवरे व किनारी अवसाद
७. युरेनियम श्रेणी	१० लक्ष	५० ते १००० हिमयुगे	सागरपातळीवरील बदल,
८. पोटॅशियम–आरगॉन	२०,००० पेक्षा जास्त	५० ते १०००	प्राचीन प्राणिजीवन
९. वृक्षवलय अनुक्रम (ट्री रिंग क्रोनॉलॉजी)	१ ते ८०००	१ ते ५	वृक्ष व जंगले
१०. ऋतुस्तर (व्हार्वज)	१ ते १५,०००	१ ते १०	जलाशये व हिमनद्या यातील अवसाद
११. शैवाल मिती (लाइकॅनोमेट्री)	१० ते ५०००	१० ते १०००	हिमनद्यांतील बदलांचा इतिहास
१२.प्राचीन चुंबकत्व (पॅलिओ मॅग्नेटिझम)	१०० ते १५,०००	१० ते १००	भूकवचाच्या हालचाली भूखंडवहन
१३.पराग विश्लेषण (पोलन ॲनॅलिसिस)	१० ते १०,०००	१ ते ५	प्राचीन हवामान व वनस्पती यांची पुनर्रचना

हे बदल अभ्यासण्यासाठी काही विशिष्ट अशा कालनिर्णयपद्धती वापरल्या जातात.

कार्बन -१४ हा कार्बनचा समस्थानिक *(आयसोटोप)* कार्बन - १३ पेक्षा कमी आहे. शिवाय तो अस्थिरही *(अनूस्टेबल)* आहे. कार्बन १४ चा क्षय *(डीके)* होण्याचा वेग सुनिश्चित असतो. सुरुवातीला त्याची झपाट्याने क्षती होते; पण क्षय होण्याचा त्याचा वेग नंतर मंदावतो. एखाद्या अतिप्राचीन पदार्थातील द्रव्यात किती विकिरण-सक्रियता *(रेडिओ ॲक्टिव्हिटी)* शिल्लक आहे, ते ठरवून तो पदार्थ किती वर्षांपूर्वी अस्तित्वात असावा, ते ठरविता येते. हा कालखंड खूप मोठा असल्यामुळे द्रव्याच्या क्षती होण्याचा 'अर्धआयू' कालखंड *(हाफ लाइफ पिरियड)* ठरविला जातो. रेडॉन २२२ या समस्थानिकाचा अर्धआयू काल ३.८ दिवस, तर पोटॅशियम-४० या समस्थानिकाचा हाच काळ १३० कोटी वर्षे इतका आहे. कार्बन-१४ चा अर्धआयू काल ५७३० (४०) वर्षे एवढा आहे.

कार्बन हे मूलद्रव्य असणाऱ्या लाकूड, कोळसा, अस्थी, शिंपले यांसारख्या कोणत्याही पदार्थाच्या प्राचीन नमुन्यातून कार्बन-१४ पद्धतीने कालनिश्चिती केली जाते. हे तंत्र अलीकडच्या काळाकरिता म्हणजे गेल्या दीडशे वर्षांकरिता फारसे उपयुक्त नाही. प्रस्तुत लेखाच्या लेखकाला रायगड जिल्ह्यातील धरमतर खाडी परिसरात आढळलेल्या खारफुटी वनस्पतीच्या *(मॅङ्ग्रोव्हज)* कुजलेल्या खोडावरून कार्बन-१४ पद्धतीच्या साहाय्याने खारफुटीचे अस्तित्व व त्याचे वय ६०० वर्षे असावे, असा निष्कर्ष काढता आला; तसेच कोकण किनाऱ्यावर इतर ठिकाणी आढळणाऱ्या अश्मीभूत पुळणी व वाळूच्या टेकड्या *(फॉसिल बीचेस अँड ड्यूनूस)* यांचे वय याच पद्धतीने २२०० ते २५०० वर्षे असावे, असे अनुमान काढणे शक्य झाले.

आज ही पद्धत अधिक चांगल्या प्रकारे व प्राचीन द्रव्यातील दूषित भाग *(कंटॅमिनेशन)* पूर्णपणे दूर करून वापरली जाते. त्यामुळे या पद्धतीने मिळणाऱ्या निष्कर्षाची विश्वासार्हताही वाढलेली आहे. विलिअर्ड लिबी या रसायनशास्त्रज्ञाने शिकागो येथे १९४० च्या उत्तरार्धात प्रथमत: कालनिर्णयाची ही पद्धत मांडली. आत्तापर्यंत ५०,००० पेक्षा जास्त नमुन्यांसाठी कार्बन-१४ पद्धतीने मिळालेल्या तारखा जगभरात उपलब्ध असून, त्यातून प्राचीन पर्यावरणाची व त्यातील बदलाची नेमकी कल्पना करणे शक्य झालेले आहे.

कार्बन-१४ ही कालनिर्णयाची एकमेव पद्धत नाही. कालखंडाचा विस्तार आणि पर्यावरणीय घटक यांनुसार इतर अनेक पद्धती वापरल्या जातात. यात उष्मा अवदीप्ती *(थर्मोल्युमिनिसन्स)*, वृक्षवलय अनुक्रम *(ट्री रिंग क्रोनॉलॉजी)*, ऋतुस्तर *(व्हार्वज)*,

पुराजीव चुंबकत्व *(पॅलिओ मॅग्नेटिझम)*, पराग विश्लेषण (पोलन ॲनॅलिसिस) आणि शैवालमिती *(लायकेनोमेट्री)* यांचा समावेश होतो.

गेल्या शतकात माणसाच्या क्रिया-प्रक्रियांमुळे पर्यावरणात जे बदल झाले, ते नक्की करण्यासाठी व त्यांचा विलक्षण वेग तपासण्यासाठी या सर्व पद्धती खूपच कमी पडतात. प्रत्यक्ष निरीक्षणांची नोंद, प्रयोग, आकडेवारी या सर्व गोष्टी आधुनिक बदल नक्की करण्यासाठी उपयुक्त ठरतात.

काही वेळा, काही विवक्षित पर्यावरणीय बदलांसाठी, गेल्या काही वर्षांत झालेले बदल समजण्यासाठी ज्यांचा अर्धआयू कालखंड खूपच कमी आहे. अशा लेड - २१० व सिझिअम - १३७ या समस्थानिकांचा उपयोग केला जातो.

लेड-२१० या अस्थिर समस्थानिकांचा अर्धआयू काल केवळ २२ वर्षे आहे. १०० ते २०० वर्षांपूर्वीच्या वस्तूंची व घटनांची कालनिश्चिती करण्याकरिता या पद्धतीचा वापर करणे सोयिस्कर ठरते. लेड-२१० व कार्बन १४ हे नैसर्गिक विकिरण-समस्थानिक *(रेडिओ आयसोटोप्स)* आहेत. याउलट, सिझियम-१३७ हा कृत्रिम समस्थानिक आहे.

आण्विक शस्त्रांच्या *(न्यूक्लियर वेपन्स)* चाचण्यांमुळे इ.स.१९५० नंतर वातावरणात हा समस्थानिक आढळून येऊ लागला आहे. जमिनीच्या पृष्ठभागावर व गाळात या समस्थानिकाचे अधिशोषण *(ॲड्सॉर्प्शन)* होते. गेल्या ३०-४० वर्षात सरोवरांच्या अवसादातही *(सेडीमेंट्स)* या समस्थानिकांचे संचयन झाल्याचे आढळून आले आहे. त्यामुळे अलीकडच्या काळातील जमिनीची धूप आणि विविध ठिकाणी होणारे गाळाचे संचयन यांसारखे पर्यावरणीय बदल कळण्याकरिता सिझिअम-१३७ या समस्थानिकाचा उपयोग करता येतो.

गेल्या शतकातल्या पर्यावरणबदलाचे परिणाम, जगभरातील भूमिपातांच्या संख्येतील वाढ, भूजल पातळीचा ऱ्हास, पुराची गंभीर बनत जाणारी समस्या, बंगालच्या उपसागरातील वादळांचे वाढणारे प्रमाण, जमिनींची वाढणारी क्षारता, नद्या व खाड्यांतील गाळाचे अवाजवी प्रमाण आणि सर्वत्र वाढणारे विविध प्रकारचे प्रदूषण, या स्वरूपात दिसू लागले आहेत.

कालनिर्णयपद्धती आणि अचूक निरीक्षणे व मोजमाप यांमुळे पर्यावरणबदलांच्या संदर्भात भरपूर आकडेवारी आता उपलब्ध होत आहे आणि वाढत्या माहितीमुळे भविष्यातील धोक्याची जाणीव होऊ लागल्यामुळे वैज्ञानिक आणि सामान्य माणूसही थोडा भांबावून गेला आहे, हे निश्चित !

❑❑

२३. त्रिभुज प्रदेशांचे पर्यावरण

नद्या जोडण्याच्या संकल्पनेवर बरेच उलटसुलट विचार आतापर्यंत व्यक्त झालेत. या परियोजनेचे फायदे-तोटे यांवरही साकल्याने विचार केला जातोय. राष्ट्रीय जलविकास प्राधिकरण *(NWDA)* या संदर्भात क्षेत्रीय पातळीवर काम करीत आहे.

मात्र या सर्व प्रक्रियेत महानदीसारख्या मोठ्या नद्या समुद्राला मिळताना जे विस्तृत त्रिभुज प्रदेश (डेल्टा) तयार करतात, त्यावर या नद्या जोडण्याच्या प्रयत्नांचा कसा आणि किती दूरगामी परिणाम होऊ शकेल याचा विचार झालेला दिसत नाही.

मोठ्या नद्यांतून होणारा भरपूर गाळयुक्त पाणीपुरवठा त्रिभुज प्रदेश, त्यातील जैवविविधता व त्यांचे आर्थिक महत्त्व यावर परिणाम करतो. नद्या जोडण्याच्या प्रकल्पात अतिरिक्त जलप्रवाहांची कालव्यामार्फत जोडणी, जलाशयनिर्मिती यांसारख्या गोष्टी कराव्या लागतील. यामुळे मुख्य नदीतील पाण्यावर व पर्यायाने त्रिभुज प्रदेशावरही परिणाम होईल.

किनारी प्रदेशात आढळणारे त्रिभुज प्रदेश हे अगदी आगळेवेगळे असे भूस्वरूप आहे. याचे वेगळेपण यात आहे, की याच्या निर्मितीत समुद्रलाटा, भरती-ओहोटीप्रमाणेच नदीचाही जवळपास तितकाच सहभाग असतो. जिथे मोठ्या लांब-रुंद नद्या भरपूर गाळ अनिर्बंधपणे वाहून आणतात, तिथे समुद्राला मिळताना त्या विस्तृत असे त्रिभुज प्रदेश बनवितात.

यांचा आकार साधारणपणे त्रिकोणाकृती असतो. या त्रिकोणाकृतीचा शिरोभाग (*अॅपेक्स*) नदीच्या दिशेने, तर पाया समुद्राच्या बाजूस असतो. नदीचे गाळयुक्त पाणी जेव्हा समुद्राला जाऊन मिळते तेव्हा ते अनेक वितरिकांच्या (*डिस्ट्रिब्युटरीज*) साहाय्याने समुद्रात विलीन होते. कारण समुद्राचे नदीत घुसणारे पाणी, नदीचा कमी झालेला वेग, प्रदेशाचा अत्यल्प उतार आणि नदीतील गाळाचे अत्यधिक प्रमाण या सर्व कारणांमुळे नदीचे पाणी समुद्राला सहजगत्या जाऊन मिळू शकत नाही. तत्पूर्वी नदीला अनेक मार्गांनी, गाळाचे व पाण्याचे वितरण करीतच समुद्राच्या दिशेने प्रवास करावा लागतो.

नदीची गाळ वाहून आणण्याची क्षमता जिथे संपते, तिथून त्रिभुज प्रदेशाच्या निर्मितीला सुरुवात होते. नदी-प्रवाहाला इथे अनेक फाटे फुटतात आणि वितरिकांच्या स्वरूपात पाण्याचे विभाजन होऊ लागते. प्रत्येक वितरिकेद्वारे गाळाचे संचयन होऊ लागते. गाळाचे प्रमाण जास्त असल्यास त्याचे थरावर थर साचून, त्रिभुज प्रदेशाची जाडी व विस्तारही वाढतो. हजारो वर्षांच्या या प्रक्रियेतून विस्तृत त्रिभुज प्रदेश तयार होतात. जगात अनेक ठिकाणी प्रति वर्षी ३०० मीटर वेगाने त्रिभुज प्रदेश विस्तार पावतात.

भारताच्या पूर्व किनाऱ्यावर, सुंदरबनचा त्रिभुज प्रदेश गंगेच्या मुखाशी तयार झालेला आहे. गोदावरी, महानदी, कृष्णा, कावेरी, पेन्नार नद्यांच्या मुखाशीही मोठे त्रिभुज प्रदेश आढळतात. भारताच्या पश्चिम किनाऱ्यावर असे त्रिभुज प्रदेश नाहीत. कारण इथल्या नद्यांची लांबी अतिशय कमी आहे व त्या फारसा गाळही वाहून आणीत नाहीत. नर्मदा व तापी या मोठ्या पश्चिमवाहिनी नद्यांच्या मुखाजवळ त्रिभुज प्रदेश-सदृश लहान आकारांचे प्रदेश आढळतात.

नद्या जो गाळ वाहून आणतात त्यात विपुल प्रमाणावर खनिजे व हायड्रोकार्बन्स असतात. शिवाय हा सगळा गाळ सुपीक असतो. त्यामुळे त्रिभुज प्रदेशांच्या काठी पूर्वीपासूनच वस्त्यांची मोठी वाढ झाली.

कुठलाही त्रिभुज प्रदेश हा दुसऱ्या त्रिभुज प्रदेशासारखा नसतो. प्रत्येकाचे खनिज संपत्ती, वाहतुकीसाठी वितरिकांची उपलब्धता, वस्ती करण्यायोग्य जागा, शेतीयोग्य जमिनी, हायड्रोकार्बन्स व खनिज तेल यांचे साठे या सर्वच बाबतीत वेगळेपण असते.

आकार व विस्तार आणि वितरिकांचे जाळे ही त्रिभुज प्रदेशांची मुख्य वैशिष्ट्ये आहेत. आज हवाई छायाचित्रे व उपग्रह प्रतिमांच्या साहाय्याने या लक्षणांचा सविस्तर व अचूक अभ्यास करणे शक्य झाले आहे. वितरिकांच्या जाळीनुसार त्रिभुज प्रदेशांचे अर्धगोलाकार (*आर्क्यूट*), विहंगपद (*बर्ड फूट*), एकमुखी (*क्युस्पेट*) असे प्रकार

केले जात असले तरी प्रत्येक प्रकाराची एक सामान्य रचना असतेच. त्रिभुज प्रदेशाच्या समुद्रवर्ती भागात, चिखलयुक्त गाळाचे जाड संचयन असते. यास प्रोडेस्टा म्हटले जाते. याच्यामागे जे सपाट गाळाचे मैदान असते त्यात वितरिकांचे दाट जाळे असते. हा भाग रोजच्या भरती–ओहोटीमुळे ठराविक काळ पाण्याखाली जातो. याला सक्रिय त्रिभुज प्रदेश *(ॲक्टिव्ह डेल्टा)* म्हटले जाते. याच्याही मागे नदीच्या दिशेने जो अर्धवर्तुळाकृती कमी जाडीच्या संचयनाचा भाग असतो त्याला परित्यक्त त्रिभुज *(ॲबंडंट डेल्टा)* म्हटले जाते.

सर्वच त्रिभुज प्रदेशात भरपूर जैवविविधता असते. खारफुटीची दाट जंगले, स्थलांतर करणारे पक्षी, चिखलातील खेकडे, वितरिकेतील मगरी आणि हजारो प्रकारचे सागरी जीवन यांनी त्रिभुज प्रदेश संपन्न असतात. इथल्या वाळूच्या संचयनात अनेक जीवजंतू वास्तव्य करून राहतात.

विस्तृत आकार, वाळूची आणि गाळाची भरपूर साठवण, विविध वनस्पती, खनिजे, हायड्रोकार्बन्स यांनी समृद्ध असलेले त्रिभुज प्रदेश व त्यांची विविधता ही त्या प्रदेशाला लांबरुंद नद्यांमुळे होण्याऱ्या मुबलक पाणीपुरवठ्यावर अवलंबून असते. यात होणाऱ्या बदलाचा दूरगामी परिणाम इथल्या पर्यावरणावर होतो.

महानदी – गोदावरी – कृष्णा – पेन्नार – कावेरी या प्रस्तावित जोडकालव्याचा इथल्या त्रिभुज प्रदेशांवर निश्चितच परिणाम संभवतो. नद्या जोडण्याच्या संकल्पनेत याचाही विचार होणे गरजेचे आहे !

❐❐

२४. पश्चिम घाटाचे पर्यावरणरक्षण

पश्चिम घाटातील पर्यावरणाचा निरंतर चालू असलेल्या ऱ्हास, ही इथल्या जनजीवनावर दूरगामी परिणाम करणारी समस्या आहे. त्यामुळेच पश्चिम घाट किंवा सह्याद्री पर्वतशृंखलेचा भाग हा पर्यावरणदृष्ट्या संवेदनशील म्हणून घोषित होणे नितान्त गरजेचे बनले आहे. त्या दृष्टीने चालू असलेल्या अनेक पर्यावरणप्रेमी, वैज्ञानिक आणि स्वयंसेवी संस्थांच्या प्रयत्नांना लवकरच यश मिळेल, अशी चिन्हे आहेत.

पश्चिम घाट प्रदेशात सर्वत्र चालू असलेल्या विकासयोजना चुकीच्या पद्धतीने कार्यान्वित होत असल्याचे सध्याचे दृश्य आहे. वनसंपदेचे मोठ्या प्रमाणावर चालू असलेले शोषण, धरणे, जलाशये यांची निर्मिती, पर्यटनविकासाच्या नावाखाली चालू असलेली विविध बांधकामे, त्यासाठी खोदल्या जाणाऱ्या दगडांच्या खाणी, जंगलतोड यांमुळे इथल्या मनस्वी आणि अतिसंवेदनशील निसर्गाचा तोल ढळू लागलाय. त्याचे परिणाम दरडी कोसळणे, जमिनी नापीक होणे, पिण्याच्या पाण्याचा तुटवडा जाणवणे आणि दुष्काळजन्य प्रदेशाचा परीघ वाढणे यांसारख्या घटनांत आता जाणवू लागला आहे.

सह्याद्रीच्या पर्यावरणाचा ऱ्हास ही प्रक्रिया गेली अनेक वर्षे संथ गतीने चालूच आहे. सह्याद्रीच्या डोंगराळ आणि दुर्गम भागात होणाऱ्या पर्यावरणबदलाचे परिणाम आता जसजसे जवळपासच्या समृद्ध व विकसित वस्त्यांना जाणवू लागले आहेत,

तसतशी या भूप्रदेशाच्या टिकाऊ विकासाची *(सस्टेनेबल डेव्हलपमेंट)* गरज सर्वांनाच प्रकर्षाने भासू लागली आहे. सह्याद्रीच्या पर्यावरणरक्षणाच्या गरजेचे हे सत्य कळायला तसे म्हटले तर आपल्याला खूपच वर्षे लागलीत.

सह्याद्री पर्वतात आढळणारी जैवविविधता ही केवळ अचंबित करणारी आहे. तापी नदीच्या दक्षिण तीरापासून दक्षिणेकडील अगस्तीमलय पर्वतापर्यंत सोळाशे किलोमीटर लांबीचा आणि सरासरी बाराशे मीटर उंचीचा हा पर्वत सात ते आठ कोटी वर्षांपूर्वी निर्माण झाला, तेव्हापासून एक स्वतंत्र आणि समृद्ध अशी पर्यावरण– संरचना *(इकोसिस्टिम)* या प्रदेशात मूळ धरून आहे.

पश्चिम घाट प्रदेश हा दक्षिण भारताला लाभलेला निसर्गसंपत्तीचा एक जबरदस्त खजिना आहे. इथल्या लोकांना त्यांच्या स्वतःच्या अस्तित्वासाठीही त्याची नितान्त गरज आहे. इथल्या डोंगरउतारांवरची शेती, मिळणाऱ्या औषधी वनस्पती, खडक आणि खनिजे, वस्त्यावस्त्यांना जोडणारे रस्ते, भूजल या सर्वच बाबतींत हा पर्वत इथल्या मनुष्यजीवनाचा आधार बनलेला आहे. असे असूनही माणसाच्या निष्काळजी व बेफिकीर वृत्तीमुळे आज या भागात अनेक समस्या डोके वर काढू लागल्या आहेत. पश्चिम घाट प्रदेशात विखुरलेल्या वस्त्यांतील लोकांच्या राहणीमानाचा झपाट्याने खालावणारा दर्जा, जंगलतोड, जमिनीची धूप, भूस्खलन, तुटपुंजे आणि प्रदूषित पाणी आणि पर्यटनव्यवसायासाठी चालू असलेली, इथल्या पर्यावरणाशी विसंगत बांधकामे यामुळे सह्याद्री पर्वताचे पर्यावरण गेल्या काही वर्षांपासून खूपच बिघडू लागले आहे.

सह्याद्रीच्या विकासनियोजनाचा सगळा आधारच मुळी पावलोपावली बदलणाऱ्या भूरचनेवर अवलंबून आहे. इथल्या पर्यावरणाचा आत्तापर्यंत झालेला ऱ्हास लक्षात घेता या प्रदेशाचा टिकाऊ विकास करणे, ही गोष्ट आता वाटते तितकी सोपी राहिलेली नाही. सपाट, पठारी किंवा मैदानी प्रदेशाच्या विकासाचे कोणतेही मापदंड इथे उपयोगाचे नाहीत. मर्यादित सपाट जागा, तीव्र डोंगरउतार, खोल घळ्या, जंगलव्याप्त प्रदेश या सगळ्या गोष्टींचा साकल्याने विचार होणे, पश्चिम घाटाच्या विकासासाठी अतिशय गरजेचे आहे.

पश्चिमेकडे कोकण आणि पूर्वेकडे देश यांमध्ये सह्याद्रीची अभेद्य अशी जणू भरभक्कम आणि विस्तृत भिंतच उभी आहे ! सह्याद्रीची भौगोलिक रचना हेच इथल्या विविधतेचे मूळ कारणही आहे. काही ठराविक ठिकाणी, जिथे सह्याद्रीच्या उंचच उंच रांगांची उंची थोडी कमी झाली आहे, तिथूनच कोकण आणि देश जोडणारे खिंडवजा अरुंद, चिंचोळे प्रदेश आहेत. थळ, माळशेज, बोर, ताम्हणी, वरंध, रडतोंडी, कुंभार्ली, अंबा, गगनबावडा, फोंडा आणि आंबोली इथून कोकण आणि

महाराष्ट्राचे पठार जोडणारे दळणवळणाचे मार्ग आहेत. एका संशोधनानुसार, या संपर्कमार्गांच्या आजूबाजूस पर्यावरणऱ्हासाचे प्रमाण पश्चिम घाटात जास्त आहे.

वनस्पतींचा संहार व बेकायदेशीर जंगलतोड, याचबरोबर जंगली प्राण्यांचे कमी होणारे प्रमाण, शेतजमिनीचा इमारत बांधणीसाठी वापर, भूजलाचा तुटवटा व प्रदूषण या सर्व घटना या संपर्कमार्गांच्या आजूबाजूच्या भागात गेल्या काही वर्षांत वाढीला लागल्याचे सहजपणे लक्षात येईल. भोर, पोलादपूर, राधानगरी, साखरपा अशी घाटमाथ्यावरची व घाटाच्या पायथ्याशी असलेली अनेक गावे अशा पर्यावरण-समस्यांनी ग्रस्त बनली आहेत. २५०० मिलिमीटरपेक्षा जास्त पावसाच्या या प्रदेशात जाणवणारे पिण्याच्या पाण्याचे दुर्भिक्ष ही सह्याद्रीच्या बिघडलेल्या पर्यावरणाची नेमकी ओळख झाली आहे !

देवळाली, भीमाशंकर, माथेरान, लोणावळा, महाबळेश्वर, पन्हाळा, गगनबावडा, राधानगरी, आंबोली यांच्या जोडीला आता घाटातली आणखी काही लहानमोठी गावेही पर्यटनविकासाच्या योजनांना बळी पडू लागली आहेत. याचे मुख्य कारण म्हणजे या वस्त्यांच्या आजूबाजूला शेतीयोग्य जमिनींचे प्रमाण मुळातच खूप कमी आहे. नवनवीन होणाऱ्या धरणयोजनांमुळे आणि त्यामुळे होणाऱ्या भूमिउप-योजनातील *(लँड यूज)* बदलामुळेही ही गावे समस्याग्रस्त होऊ लागली आहेत.

सह्याद्रीच्या डोंगराळ व दुर्गम भागातील जीवनमानाचा स्तर उंचावण्यासाठी आवश्यक त्या विकासयोजना इथे हव्यातच, यात दुमत असण्याचे कारण नाही. मात्र त्या राबवताना निसर्गाचा नाजूक समतोल बिघडणे माणसाच्याच हिताचे नाही, याचे भान सदैव ठेवणे गरजेचे आहे. यासाठी पश्चिम घाटातल्या पारंपरिक अशा देवराया *(सॅक्रीड ग्रोव्हज्)* जतन करणे किंवा तत्सम संरक्षित वनप्रदेशाचे एक विस्तृत जाळे सह्याद्रीच्या डोंगररांगांत तयार करणे, हा इथल्या पर्यावरणरक्षणाचा एक उत्तम पर्याय ठरू शकेल. अभयारण्ये किंवा राष्ट्रीय उद्याने यांसारख्या योजनांपेक्षा 'देवराई' ही कल्पना अधिक पर्यावरणहितैषी *(एनव्हारन्मेंटल फ्रेंडली)* व उपयुक्त ठरेल. इथल्या गावांना भेडसावणारी जळाऊ लाकडाची समस्या सोडवण्यासाठी व चराऊ गवताची उपलब्धता वाढवण्यासाठी वेगळे वनीकरण करणेही हिताचे ठरेल.

पर्यावरण पुनर्निर्माण *(इको रिस्टोरेशन)* व वृक्षसंवर्धन व रोपण *(रि-व्हेजिटेशन)* यांबरोबरच मृद्संधारण, जलसंधारण, चुकीच्या विकासयोजनांना विरोध आणि जनजागृती हेच पर्याय आता पश्चिम घाटाचे पर्यावरण परिणामकारकपणे जतन करण्यासाठी आपल्याला उपलब्ध आहेत, हे निर्विवाद !

❑❑

२५. समुद्रकिनाऱ्यांची स्वच्छता मोहीम

सर्व जगात आंतरराष्ट्रीय किनारा स्वच्छता दिन (इंटरनॅशनल कोस्टल क्लीनअप) म्हणून २० सप्टेंबर हा दिवस पाळण्यात येतो. या दिवशी नेव्ही, कोस्ट गार्ड, नेव्हीची पब्लिक स्कूल्स यांच्यामार्फत संपूर्ण भारतात अनेक ठिकाणी किनाऱ्यांवरील पुळणीची स्वच्छता करण्यात आली. आंतरराष्ट्रीय किनारा स्वच्छता मोहीम ही जगातील नावाजलेली आणि जुनी अशी मोहीम आहे, पण या मोहिमेत अजूनही जगातल्या बहुतांश देशांचा समावेश नाही. भारताने याच वर्षी या मोहिमेअंतर्गत काही प्रकल्प हाती घेतले.

प्रतिवर्षी या दिवशी जगातल्या अनेक स्वयंसेवी संघटना व स्वयंसेवक, किनाऱ्यांवरील पुळणीवर (बीचेस) असणाऱ्या अनावश्यक वस्तू दूर करून किनारे स्वच्छ करणे; नद्या, सरोवरे, तलाव यांच्या आजूबाजूचा प्रदेश प्रदूषणमुक्त करणे; याचबरोबर उथळ समुद्रप्रदेशात, विशेषत: प्रवाळाच्या (कोरल्स) लॅगून प्रदेशात पर्यटकांमुळे साठलेला राडारोडा (डेब्री) पाणबुड्यांमार्फत दूर करणे, असे कार्यक्रम करीत असतात.

या मोहिमेमार्फत 'अडॉप्ट ए बीच' म्हणजे 'एखादी पुळण दत्तक घ्या व तिची स्वच्छता करा' असे आवाहन करण्यात आले होते. या वर्षी जगभरात लोकांनी जे

किनारा स्वच्छतेचे उपक्रम राबविले त्याची माहिती एकत्र करून, त्या आधारावर जगभरातील विविध देशांत किनारासंरक्षणाचे जे अस्तित्वात असलेले नियम व कायदे आहेत (कोस्टल प्रोटेक्शन अ‍ॅक्ट्स) त्यात सुधारणा व बदल सुचविले जाणार आहेत. किनाऱ्याच्या कोणत्या भागात, कोणत्या प्रदूषित पदार्थांचे, कसे एकत्रीकरण करावे व त्याची कशी विल्हेवाट लावावी, किनाऱ्याचे सौंदर्य व पर्यावरण अबाधित राहण्यासाठी कोणती काळजी घ्यावी, त्यासाठी सरकारी अधिनियमांत कसे बदल करावेत या गोष्टी या माहितीच्या पृथक्करणानंतर सुचविल्या जाणार आहेत. जगातील विविध समुद्रकिनाऱ्यांसाठी वेगवेगळी प्रतिमाने (मॉडेल्स) सुचविण्याचाही या संस्थेचा विचार आहे.

आज जगात सर्वत्र मोठ्या जलाशयांभोवती व समुद्रकिनाऱ्यांच्या प्रदेशात, विशेषत: पश्चिमी राष्ट्रांत ही मोहीम न चुकता राबविली जाते. या संदर्भात माहितीचा विस्तृत साठा *(इन्फर्मेशन डेटा बेस)* तयार करणे, हे या अभियानाचे मुख्य उद्दिष्ट आहे. प्रदूषणाचा मूळ स्रोत शोधणे, किनारी प्रदेशांचे पर्यावरण नष्ट करण्यास जबाबदार असणाऱ्या मूळ घटकांविषयी माहिती जमविणे व किनारी पर्यावरणास बाधा आणणाऱ्या सर्वच गोष्टींना आळा बसवण्यासाठी प्रयत्न करणे यासाठी ही मोहीम मोठे प्रयत्न करीत आहे.

अमेरिकेतील ५० राज्ये या मोहिमेत सहभागी होऊन प्रतिवर्षी नद्या, समुद्र व सरोवरे यांच्या किनाऱ्यांवरून हजारो टन राडारोडा जमवून नष्ट करतात. साधारणपणे 'किनारा स्वच्छता दिन' हा दिवस सप्टेंबरच्या तिसऱ्या आठवड्यात पाळला जातो. आजपर्यंत जगातील १२० देशांचा यात सक्रिय सहभाग आहे.

गेल्या वर्षी एकट्या कॅलिफोर्नियाच्या किनारपट्टीवरून ४०० पुळणींवरून ४३०० स्वयंसेवकांनी सात लक्ष पौंड वजनाचा कचरा, राडारोडा स्वच्छ केला. हा व अशा तऱ्हेचा कचरा जर गोळा केला नाही तर तो समुद्रात जाऊन तिथल्या सागरी प्राण्यांसाठी फार मोठा धोका बनू शकतो. जगातल्या प्रमुख पर्यटनपुळणींच्या प्रदेशात, किनाऱ्याजवळील समुद्रातले प्राणिजीवन या कचऱ्यातील पदार्थांमुळे फार मोठ्या प्रमाणावर नष्ट होते आहे.

ही मोहीम अमेरिकेतील 'द ओशन काँझर्वन्सी' या एजन्सीमार्फत जगभरात चालविली जाते. कॅलिफोर्निया व सिंगापूर इथल्या स्वयंसेवी संस्था याबाबत मोठ्या प्रमाणावर सक्रिय आहेत. भारतात याच वर्षी हा प्रयोग सुरू झालाय. अनेकांना अजूनही याबाबत फारशी माहितीही नाही. जगाच्या तुलनेने आपल्या किनाऱ्यावर अजून खूपच

कमी प्रमाणावर प्रदूषण असले, तरी मुंबई, चेन्नईसारख्या महानगरांचा विचार करता व इथल्या किनाऱ्यांवर दिसणारा राडारोडा, कचरा व घाणीचा ढीग पाहता आपल्यालाही हे अभियान राबवावेच लागेल, यात दुमत असण्याचे कारण नाही. नाही तर आज निसर्गसौंदर्याने नटलेल्या आपल्या किनाऱ्यांची नजीकच्या भविष्यात दुरवस्था व्हायला वेळ लागणार नाही !

□□

२६. चिल्का : पर्यावरणपुनर्निर्मितीचा यशस्वी प्रयोग

भारताच्या पूर्व किनाऱ्यावरील चिल्काचे सरोवर हे खारट, निमखारट (ब्रॅकिश) व शुद्ध पाण्याच्या पर्यावरणसंस्थांचे एक उत्तम उदाहरण आहे. या सरोवराने विलक्षण संपन्न अशी जैवविविधता जोपासलेली आहे. गेली काही वर्षे मात्र या नैसर्गिकरीत्या संपन्न अशा प्रदेशाची खूप मोठ्या प्रमाणावर हानी चालू होती. आजूबाजूच्या प्रदेशातील बांधकामे, विविध प्रकारचे प्रकल्प व अन्य पर्यावरणीय दबावांमुळे इथली जैवविविधता धोक्यात आली होती. सरोवराला येऊन मिळणाऱ्या नद्यांत झालेल्या बंधाऱ्यांची कामे, नदीखोऱ्यातील भूमिउपयोजनात *(लँड्यूज)* झालेले बदल ही यामागची मुख्य कारणे होती.

चिल्काला त्याचे पूर्ववैभव पुन्हा मिळवून देण्यासाठी व पर्यावरणाची पुनर्निर्मिती *(रिस्टोरेशन)* करण्यासाठी प्रयत्न होणे गरजेचे आहे. ओरिसा सरकारने त्याकरिता चिल्का डेव्हलपमेंट ॲथॉरिटीची *(सीडीए)* स्थापना केली.

सरोवरात गाळ साचल्यामुळे वाढलेला उथळपणा, सरोवर आणि समुद्र यांना जोडणाऱ्या प्रवाहमार्गात झालेले स्थानबदल *(शिफ्टिंग)*, क्षारतेत झालेली घट, सागरी जीवांचे कमी झालेले प्रमाण, गोड्या पाण्यात वाढणाऱ्या जलपर्णींचा वाढलेला विस्तार, तुंबून राहणारे पाणी आणि त्यामुळे आजूबाजूला होणारा जलमग्न प्रदेश, श्रिंप माशांची बेकायदा पैदास अशा अनेक समस्या सीडीएला प्रकर्षाने दिसून आल्या.

यावर उपाय शोधण्यासाठी गोव्याची राष्ट्रीय सागरविज्ञान संशोधन संस्था *(एनआयओ)* व पुण्याच्या केंद्रीय जल संशोधन केंद्राचा *(सीडब्ल्यूपीआरएस)* सल्ला घेण्यात आला. पुण्याच्या सीडब्ल्यूपीआरएसने संशोधन करून असा निष्कर्ष काढला, की सरोवर व समुद्र यांना जोडणाऱ्या प्रवाहमार्गात *(चॅनल)* वाळू व अवसाद *(सेडिमेंट्स)* साठून तो खूपच उथळ झाला आहे. त्यामुळे भरतीचे खारट पाणी चिल्का सरोवरात सहजगत्या जाऊ शकत नाही. त्यामुळे वर सांगितलेल्या सर्व समस्या उद्भवत होत्या. चिल्का सरोवराच्या समुद्रवर्ती बाजूकडे, एखाद्या योग्य ठिकाणी, नवीन प्रवाह-मार्ग निर्माण केल्यास भरतीच्या पाण्याचे सरोवरात होणारे संचलन सुधारेल व सरोवराच्या पर्यावरणाची झपाट्याने नैसर्गिक पुनर्निर्मिती *(नॅचरल रिस्टोरेशन)* होईल.

त्यानुसार २३ सप्टेंबर २००० रोजी एक नवीन प्रवाह मार्ग खोदण्यात आला. यामुळे मूळच्या नैसर्गिक प्रवाह मार्गाची लांबी १८ किमीने कमी झाली. त्यानंतर गेल्या दोन-तीन वर्षात चिल्का सरोवराच्या पर्यावरणात झालेली सुधारणा केवळ आश्चर्यकारक अशी आहे.

पर्यावरणपुनर्निर्मितीच्या या प्रयत्नात स्थानिकांनीही खूप मोठा सहभाग घेतला. या सगळ्या प्रयत्नांची जागतिक स्तरावर दखल घेतली गेली. आर्द्रभूमी पुनर्निर्मितीचा *(वेटलँड रिस्टोरेशन)* प्रतिष्ठेचा मानला गेलेला रामसर पुरस्कार *(इराण)* २००२-मध्ये चिल्का डेव्हलपमेंट ॲथॉरिटीला देण्यात आला.

सीडब्ल्यूपीआरएसच्या सूचनेनुसार चिल्काच्या समुद्राकडील बाजूवरच्या सिपकुडा गावासमोर १०० मीटर रुंद, अडीच मीटर खोल असा नवीन प्रवाहमार्ग खोदण्यात आला. यामुळे चिल्काच्या क्षारतेत *(सॅलिनिटी)* ४०% नी आणि आत येणाऱ्या भरती पाण्यात *(टाइडल वॉटर)* ४५%नी वाढ झाली.

१९७२ मध्ये चिल्का सरोवरात, शुद्ध पाण्यात वाढणाऱ्या जलपर्णीने *(वीड्स)* केवळ २० चौ.कि.मी. क्षेत्र व्यापले होते. ऑक्टोबर २००० मध्ये ते ५२३ चौ.कि.मी इतके वाढले. यावेळी सरोवराचे केवळ ३३४ चौ.कि.मी क्षेत्र जलपर्णीमुक्त होते. नवीन प्रवाहमार्गाच्या निर्मितीनंतर सरोवराच्या पर्यावरणात, विशेषत: क्षारतेत झालेल्या सुधारणेमुळे हे जलपर्णीमुक्त क्षेत्र ५०६ चौ.कि.मी इतके वाढले. चिल्काच्या उपग्रह-प्रतिमांवरून हा बदल सहजपणे लक्षात आला. सातपाडा गावापासून नवीन मुखापर्यंतच्या प्रवाह मार्गाची खोली नैसर्गिकरीत्या वाढली आणि भरती प्रवाहाचे आगमन निर्गमन *(इनकर्शन एक्सकर्शन)* सुधारले. परिणामी, सागर मत्स्य जीवांचे चिल्कातील प्रमाण वाढले. चिल्कातील त्याज्य पदार्थ समुद्राकडे सहज वाहून जाऊ लागले. क्षारतेत झालेल्या सुधारणेमुळे चिल्काचा जणू पुनर्जन्मच झाला.

पाण्याचा निचरा होण्यासाठी मुक्त मार्ग मिळाल्यामुळे मान्सूनमध्ये चिल्काला येऊन मिळणाऱ्या नद्यांमुळे होणारा चिल्कातील पाण्याचा फुगवटा कमी झाला. किनाऱ्यावरची गावे पुराच्या विळख्यातून वाचली. नवीन प्रवाहमार्गामुळे चिल्कातील पाण्याचा दर्जा सुधारला. अन्नपदार्थ मुबलक झाले, जलपर्णी कमी झाल्या आणि हळूहळू नष्ट होऊ लागलेल्या इरावती डॉल्फिनच्या संख्येतही लक्षणीय वाढ झाली.

चिल्काच्या या पुनर्निर्मितीच्या प्रयोगानंतर या सरोवरावर अवलंबून असणारे लोक आज खूप समाधानी आणि आनंदी आहेत.

❏❏

२७. वणवे आणि उपग्रहप्रतिमा

उन्हाळ्यात बऱ्याच डोंगरउतारांवर वणवे लागून जंगले व वनस्पती मोठ्या प्रमाणावर जळून भस्मसात होतात. एकदा वणवा लागला, की झपाट्याने तो खूप दूरवर पसरत जातो व मोठ्या प्रदेशातील पर्यावरणावर त्याचा परिणाम होतो. उष्ण कटिबंधातील शेतीप्रधान देशांत अनेक ठिकाणी जिथे स्थलांतरित शेती केली जाते, तिथे जमिनीवरील तण व वनस्पती मुद्दाम जाळल्या जातात. या दोन्ही घटनांचा अभ्यास उपग्रह प्रतिमा वापरून चांगल्या प्रकारे करता येतो. वणव्याचा विस्तार किंवा भाजावळ केलेल्या क्षेत्राची व्याप्ती उपग्रहप्रतिमांच्या साहाय्याने नेमकी निश्चित करता येते. वणव्याने किंवा भाजावळीने प्रभावित झालेल्या क्षेत्राला भेट देऊन तिथे प्रत्यक्ष मिळालेल्या माहितीचे उपग्रह प्रतिमांतून मिळालेल्या माहितीशी समाकलन करून जंगलातील वणव्यांविषयी खूप मोठी सांख्यिकी *(डेटा बेस)* तयार होऊ शकते. त्याचा उपयोग वणवाप्रवण प्रदेशांच्या संरक्षणासाठी परिणामकारकपणे करता येतो.

अशा तऱ्हेच्या नैसर्गिक वणव्यांतून किंवा मानवनिर्मित भाजावळीतून मोठ्या प्रमाणावर विरल वायू *(ट्रेस गॅसेस)* व वायुजन्य घन कण *(एरोसोल)* निर्माण होतात. याचा परिणाम अर्थातच वातावरणाच्या तपांबर *(ट्रोपोस्फिअर)* या कमी उंचीवरील पट्ट्यात जाणवतो. स्थानिक हवामानावरही त्याचे परिणाम लगेच जाणवू लागतात. मिझोराम, अरुणाचल प्रदेश, या राज्यांतील वणव्यांच्या अभ्यासातून असे लक्षात

येते की, त्यातून तयार होणाऱ्या धुरात काळ्या कार्बन कणांचे प्रमाण दहा कोटी टन असते. या अतिसूक्ष्म वायुजन्य घन कणांमुळे सौरप्रारण *(सोलर रेडिएशन)* व वातावरण यांतील संतुलन बिघडते. वणवा प्रदेशातील सूर्यप्रकाशाचे प्रमाण कमी होते. या कणांच्या अतिउंचीवरील हवेच्या थरात वाढलेल्या प्रमाणामुळे सांद्रीभवन-प्रक्रियेस हातभार लागतो. ढगनिर्मितीसाठी आवश्यक अशा कणांची संख्या वाढते व हवामानातील नैसर्गिक सांद्रीभवन प्रक्रियेवर परिणाम होऊ लागतो.

याचा एक दूरगामी परिणाम असाही होतो, की वणवा प्रदेशातील जैवविविधता झपाट्याने कमी होऊ लागते. हरितगृह परिणामामुळे तापमानात वाढ होते. वनस्पती नष्ट करणारी रोगराई वाढते. वातावरणाचे रसायनशास्त्रच बदलून जाते.

वणव्याच्या व जमिनी भाजण्याच्या काळात काळ्या कार्बन कणांचे प्रमाण इतर दिवसांपेक्षा सहापट वाढते. सल्फर डाय ऑक्साईडचे प्रमाण दुप्पट होते.

ऊर्ध्वगामी होणारे धुराचे पट्टे, त्यांची पसरण व त्यांनी प्रभावित क्षेत्र उपग्रह-प्रतिमेवर ठळकपणे दिसून येते.आयआरएसपी फोर, नोव्हा या प्रतिमासंचांचा यासाठी खूपच चांगला वापर करता येतो.

जंगले नष्ट होण्याच्या प्रक्रियेला वणव्यांमुळे मदतच होत असते. हिमालयाच्या गढवाल व कुमाऊँ प्रांतातील जंगलात लागणाऱ्या आगींचा फैलाव महिनोन्महिने चालू असतो. त्यामुळे तापमान नेहमीच ३५ ते ४० अंश सेल्सियसपर्यंत वाढलेले असते.

आयआरएस व लँडसॅट प्रतिमांच्या अभ्यासातून, वनातील विविधता या आगीमुळे कशा प्रकारे नष्ट होते त्याची नेमकी कल्पना येते. हिमालयात साल, साग, पाइन, ओक, मिश्र सूचिपर्णी अशी अनेकविध झाडे या आगीच्या भक्ष्यस्थानी पडतात. सह्याद्रीतील जंगलातही अशाच घटना घडतात. उपग्रहप्रतिमेवर वणव्याची ठिकाणे व त्यातून बाहेर पडणारा धूर निळसर रंगात दिसतो. वणवा जसजसा पुढे सरकतो तसतसा आगीच्या भक्ष्यस्थानी पडलेला प्रदेश जी ऊर्जा परावर्तित करतो त्यामुळे गडद काळसर किंवा पिंगट रंगच्छटेत ओळखता येतो. तापमानवाढीचे प्रदेश गडद लाल रंगात दिसतात.

मिथ्यावर्ण उपग्रह प्रतिमेत ३, ४ व ६ वर्णपट्ट्यांच्या व तापमान प्रतिमांच्या साहाय्याने हे निर्देशन अचूक होते. जंगलात आगी लागण्याच्या घटना एप्रिल, मे व जूनमध्ये होत असल्यामुळे अशा तऱ्हेचा अभ्यास आधीच्या काही वर्षांतील माहितीवर आधारित असणे फायद्याचे ठरते.

उपग्रहप्रतिमांचा अधिक चांगल्या प्रकारे वापर करण्यासाठी जीआयएस संगणक-

संहिता वापरल्या जातात. जंगलात लागलेली आग अभ्यासण्यासाठी विस्तार किंवा प्रसरण प्रतिमान तयार केले जाते. उपग्रहप्रतिमेवर वणव्याने प्रभावित क्षेत्रावर आगीचे प्रमाण, वाऱ्याची दिशा व प्रमाण, तापमान, भूप्रदेशाची उंची, झाडांची घनता, झाडांचे प्रकार अशी सांख्यिकी नोंदवून विविध स्तर तयार केले जातात. आगीचे प्रमाण व त्याच्या विविध वेळा, यांचे समाकलन करून प्रतिमान बनविले जाते. याच्या साहाय्याने ठराविक काळानंतर स्थळकाळवैशिष्ट्यांनुसार त्या प्रदेशात ही आग कशा रीतीने, किती वेगाने व किती दूरवर पसरेल, याचे भाकीत केले जाते. या भाकिताची विश्वासार्हता अर्थातच काही विशिष्ट कालखंडापुरतीच मर्यादित असते. वणव्याच्या पसरण्याचे फार दूरगामी भाकीत करणे, ही अजूनही तशी कठीणच गोष्ट आहे.

◻◻

२८. पर्यावरणातील परिणामांचे मूल्यमापन

जमीन, पाणी आणि हवा यांना जीवनाचे प्रमुख आधार मानण्यात आले आहे. विविध विकासप्रकल्पांचा या तीन घटकांवर होणारा परिणाम अभ्यासणे व त्या परिणामांचे भविष्यकालीन मूल्यमापन करणे या प्रक्रियेला 'ईआयए' म्हणजेच 'एन्व्हायर्न्मेंटल इम्पॅक्ट असेसमेंट' असे म्हटले जाते.

कोणत्याही विकासप्रकल्पाचा पर्यावरणावर होणारा परिणाम अभ्यासणे, हा विचार तसा नवीन नाही. मात्र आजही अनेक विकासप्रकल्पांमध्ये विशेषत: इमारत-बांधकाम प्रकल्पांमध्ये या गोष्टीचा गांभीर्याने विचार केला जात नाही. सर्वच प्रकारच्या विकासप्रकल्पांत पर्यावरणाचा केला जाणारा विचार अजूनही परिघावरच आहे !

'ईआयए' ही कोणत्याही प्रकल्पाच्या मसुद्यात पूर्तता करण्याची महत्त्वाची अट असते; पण ती धाब्यावर बसवून अनेक गैरमार्गांचा अवलंब करीत, प्रकल्प पूर्ण करण्याच्या महत्त्वाकांक्षेपोटी पर्यावरणाचे अतोनात नुकसान केले जाते. डोंगरउतारावरील किंवा टेकड्यांवरील बांधकामातसुद्धा 'ईआयए'ची पूर्तता किती सचोटीने केली जाते, ते बांधकामे झाल्यावर कुणाच्याही सहजगत्या लक्षात यावे.

जमीन, पाणी, हवा यांवरील परिणामांच्या विचाराबरोबरच आज 'ईआयए' अंतर्गत सामाजिक व सांस्कृतिक, तसेच आर्थिक घटकांवरील परिणामांच्या मूल्यमापनाचीही गणना केली जाते. विविध बांधकामे, धरणप्रकल्प इत्यादींमुळे वेगवेगळ्या पातळ्यांवर

होणारी पुनर्वसने, विस्थापने, प्राणी व वनस्पतिजीवनात संभवणारे बदल, त्यांच्या हालचाली व स्थलांतरे यांचाही विचार यात समाविष्ट आहे. आजकाल कोणतीही आंतरराष्ट्रीय संस्था, कोणत्याही प्रकल्पाला आर्थिक मदत देण्यापूर्वी प्रकल्प-परिणामांच्या मूल्यमापनासंबंधी अतिशय कठोर व काटेकोर असते.

'ईआयए' ही गोष्ट मात्र वाटते तितकी सहजसोपी नाही. 'ईआयए'च्या अहवालपूर्ततेनंतर अनेक बंधने आहेत आणि ती प्रक्रिया खूप क्लिष्ट आहे. प्रकल्पानुसार 'ईआयए'चे स्वरूप बदलते.

सांख्यिकी माहितीचा अभाव, ईआयए चांगल्या प्रकारे पूर्ण करण्यात महत्त्वाचा अडथळा ठरतो. उपलब्ध माहितीची संशयास्पद विश्वासार्हताही अनेक वेळा ईआयएला बाधक ठरू शकते.

कोणताही ईआयए अहवाल एखाद्या विशिष्ट प्रदेशासंबंधात किंवा स्थानविशिष्ट असतो; पण त्या प्रकल्पाचे दूरगामी परिणाम आजूबाजूच्या विस्तृत परिसरावर होण्याची नेहमीच शक्यता असते. याचा विचार ईआयएमध्ये अग्रक्रमाने होणे गरजेचे असते.

ऊर्जानिर्मिती, जलसिंचन, पूरनियंत्रण अशा विविध उद्देशांनी जी धरणे बांधली जातात, त्यामुळे धरणपरिसरापासून खूप दूरवर जैविक पर्यावरणावर परिणाम होतात. नद्यांतील जलचरांचे स्थलांतर, जमिनीची कमी होणारी सुपीकता, नदीपात्रात गाळाचे संचयन, नदीकाठच्या वनस्पतीतील बदल, नदीखोऱ्यात झपाट्याने बदलणारी जैव विविधता असे सगळे परिणाम लक्षात घेऊन त्यांचे मूल्यमापन करूनच ईआयए अहवाल तयार करावा लागतो.

एखाद्या विकास प्रकल्पाची पूर्तता किती वेळात होईल, त्यावर त्याचा पर्यावरणीय परिणाम ठरतो. त्यामुळे हे प्रकल्प कमीत कमी वेळात पूर्ण होणे आवश्यक असते. त्यानुसार 'ईआयए' अहवाल तयार केला जातो. मात्र बहुतांशी प्रकल्प वेळेत पूर्ण होतच नाहीत. जसजसा वेळ वाढत जातो तसतसे बदलते तंत्रज्ञान, आराखडे, योजना, आर्थिक चढ-उतार यांमुळे प्रकल्प रेंगाळतो, अर्धवट राहतो किंवा त्याचा पार बोजवारा उडतो. याचे परिणाम आजूबाजूचा परिसर अनेक दिवस सहन करीत राहतो.

पर्यावरणपरिणामांची नेमकी कल्पना करणे, ही एक अतिशय कठीण गोष्ट आहे. कारण प्रकल्पाच्या संभाव्य परिणामांची प्रकल्पकर्त्यास पुरेशी माहितीच नसते. ती तशी ठेवलेलीही नसते. जिथे बांधकाम चालू असते, तिथल्या जनरेटर, कॉम्प्रेसर, क्रशर, बुलडोझर, ड्रिलिंग अशा विविध प्रकारांमुळे निर्माण होणाऱ्या सततच्या आवाजामुळे तिथे ध्वनीची सतत उच्च पातळी तयार झालेली असते. या ध्वनि-

प्रदूषणामुळे तिथले प्राणी व पक्षी यांवर नेमका काय परिणाम होतो, याबद्दल त्याच्याकडे काहीही सांख्यिकी उपलब्ध नसते.

काही पर्यावरणीय परिणाम परिवर्तनीय *(रिव्हर्सिबल)*, तर काही अपरिवर्तनीय असतात. काही तात्पुरते, तर काही कायमस्वरूपी असतात. काही प्रकल्पांनंतर ठराविक काळानंतर आजूबाजूच्या परिसराचे पर्यावरण त्याच्या मूळ स्थितीला येण्याचीही शक्यता असते. मात्र बऱ्याच प्रकल्पांनंतर परिसर पुन्हा पूर्वस्थितीला येत नाही. अतिशय उत्तम प्रतीचे तंत्रज्ञानही निसर्गाला त्याचे मूळ स्वरूप मिळवून देऊ शकत नाही.

ईआयए करणाऱ्या अभ्यासगटामध्ये सर्व प्रकारच्या तज्ज्ञांचा व तंत्रज्ञांचा समावेश हवाच. या सर्वांना प्रकल्पपूर्ततेनंतरच्या पर्यावरणीय परिणामांचा अभ्यास व मूल्यमापन करण्यासाठी पुरेसा वेळही द्यावा. बऱ्याच वेळा अशा गटात केवळ सिव्हिल इंजिनिअर्सच असतात व त्यामुळे नैसर्गिक पर्यावरणाच्या सर्वच घटकांचा अभ्यास त्यात होतोच असे नाही.

परिसराची हानी झाल्यानंतर विकासप्रकल्पाबद्दल आरडाओरड करण्यापेक्षा प्रकल्पाला मंजुरी देण्यापूर्वीच सादर केलेल्या अहवालाबरोबर ईआयए जोडण्याची सक्ती व्हावी. पर्यावरणीय दुष्परिणाम किमान करण्याचा विचार, त्या अहवालात आहे की नाही, ते कटाक्षाने पाहिले जावे. मुख्य म्हणजे कोणत्याही प्रकारच्या दबावाला बळी न पडता कठोर नियमांचा अवलंब करूनच प्रकल्पाला मंजुरी दिली जावी. असे झाले तरच भविष्यातील पर्यावरणाचा ऱ्हास, विविध प्राणी व वनस्पतींच्या जातींच्या संख्येत झालेली घट, त्यांची स्थलांतरे, पाण्याची कमतरता, पिण्याचे प्रदूषण अशा समस्या विकासप्रकल्पानंतर उद्‌भवणार नाहीत.

❑❑

२९. पर्यावरणशास्त्रातील क्षेत्रअभ्यास
(Field Work)

एखाद्या व्यक्तीच्या किंवा समूहाच्या आजूबाजूस असलेल्या एकत्रित नैसर्गिक परिस्थितीस पर्यावरण असे म्हटले जाते. हवामान (उष्ण, दमट, कोरडे) प्राकृतिक रचना (डोंगर, नद्या, पर्वत), प्राणी व वनस्पतिजीवन, सामाजिक व सांस्कृतिक घटक या सर्व गोष्टींचा अशा पर्यावरणात समावेश होतो. पर्यावरणाच्या अनेकविध घटकांचा, व्यक्ती किंवा समूहाच्या अस्तित्वावर नेहमीच दूरगामी परिणाम होत असतो.

पर्यावरणशास्त्रात अशा घटकांचा व त्यांच्या परिणामांचा अभ्यास केला जातो. या अभ्यासात निरीक्षणे व प्रयोगावर जास्त भर दिला जातो. मुळात पर्यावरणशास्त्र हे निरीक्षणाचे व प्रयोगाचेच शास्त्र आहे. निरीक्षणे व प्रयोग करण्यासाठी क्षेत्रअभ्यास करणे उपयुक्त ठरते.

क्षेत्रअभ्यास (Field Work) ही पर्यावरणशास्त्रातील एक परिणामकारक व उपयुक्त अशी अभ्यास पद्धती आहे. यामुळे विविध संकल्पना (Concepts) मूर्त स्वरूपात मांडता येतात. क्षेत्रअभ्यासामुळे, पर्यावरणाकडे पाहण्याचा एक निश्चित असा दृष्टिकोन तयार होतो. विविध ठिकाणी केलेल्या क्षेत्रअभ्यासामुळे पर्यावरण-शास्त्रातील निरनिराळ्या कल्पना, सिद्धान्त, संकल्पना, पर्यावरणासंबंधी कायदे, नियम, यांचे सर्वसामान्यीकरण (Generalisation) करणे सोपे जाते. क्षेत्रअभ्यासाचा सर्वात मोठा फायदा म्हणजे, अभ्यासकाला त्याचे पर्यावरणाविषयीचे ज्ञान अधिक वृद्धिंगत

करता येते. क्षेत्रअभ्यासाच्या प्रारंभिक अवस्थेत तो एखाद्या स्थानिक प्रदेशापुरताच मर्यादित क्षेत्रात केला जातो. यामुळे पर्यावरणाचे स्वरूप, त्याचे विविध घटक व समस्या समजणे सहज सोपे होते. पर्यावरणाचा अभ्यासक अशा मर्यादित क्षेत्राच्या अभ्यासात, पर्यावरणाविषयी नेमके प्रश्न विचारून, नेमकी माहिती गोळा करून, त्या प्रदेशाच्या पर्यावरणाचा सर्वसमावेशक अभ्यास करू शकतो. पर्यावरणाविषयीच्या संकल्पना व समस्या पुस्तकात वाचण्यापेक्षा, अशा तऱ्हेच्या प्रत्यक्ष माहितीच्या संकलनामुळे, पर्यावरणाची नेमकी जाण निर्माण होते.

पर्यावरण हे विविध घटकांनी बनलेले असते. ह्या विविध घटकांत परस्परसंबंध असतात. ह्या संबंधामुळेच हे घटक एकत्रितपणे राहात असतात. क्षेत्रअभ्यासातून, घटकातील परस्परसंबंधाचा शोध घेता येतो. स्थानिक पातळीवरील अभ्यासानंतर, विस्तृत अभ्यासक्षेत्रात पर्यावरणातील क्लिष्टपणा, संमिश्रपणा, निरनिराळ्या घटकांतील सहसंबंध व त्यातील परस्परक्रिया यांचा मोठ्या प्रमाणावर आढावा घेणे सुलभ होते.

स्थानिक पातळीवर केल्या जाणाऱ्या अभ्यासात एका गोष्टींचा नेहमी विचार करावा लागतो. ती म्हणजे या प्रदेशातील पर्यावरणात सतत होत असणारे बदल. त्यामुळे अशा प्रदेशातील क्षेत्रअभ्यास ठराविक काळानंतर पुन्हा पुन्हा करावे लागतात.

एखाद्या तळ्याचा, सरोवराचा किंवा डोंगरउताराचा अभ्यास, नदीपात्र, खेडेगाव यांचा अभ्यास व तेथील पर्यावरणाचे निरीक्षण, मापन, या गोष्टींचा 'स्थानिक' पातळीवर अभ्यास केला जातो.

क्षेत्रअभ्यासाचे तंत्र –

कोणत्याही अर्थपूर्ण व उपयुक्त क्षेत्र अभ्यासात प्रामुख्याने पुढील गोष्टी समाविष्ट केल्या जातात.

(१) स्थानिक प्रदेशाचा नकाशा (A Local Area Map) : ज्या प्रदेशाच्या पर्यावरणाचा अभ्यास करायचा असेल, त्या प्रदेशाचा अचूक व प्रमाणबद्ध नकाशा ही, प्राथमिक गरज असते. गावाचा नकाशा, शहराचा किंवा शहरातील पेठांचा नकाशा, भारतीय सर्वेक्षण विभागाने तयार केलेला नकाशा, प्रदेशाचे हवाई छायाचित्र किंवा उपलब्ध असल्यास प्रदेशाची उपग्रहप्रतिमा यांपैकी कोणताही नकाशा ही गरज भागवू शकतो.

स्थानिक प्रदेशाचा नकाशा उपलब्ध न झाल्यास, त्या प्रदेशाचा आराखडा तयार केला जातो. हे करताना स्थानिक प्रदेशातील मुख्य नदी, इमारती, डोंगररांगा यांची सापेक्ष स्थाने दाखविली जातात. काही वेळा पेस सर्वे (Pace Survey) करून आराखड्यात 'प्रमाण' समाविष्ट केले जाते.

पर्यावरणासंबंधी केलेल्या क्षेत्रअभ्यासाचे निष्कर्ष दाखविण्यासाठी, नकाशे व आराखडे यांचा चांगल्या प्रकारे उपयोग होतो.

(२) नमुना संकलन (Sampling) : क्षेत्रअभ्यासात नमुना संकलनाला फार मोठे महत्त्व आहे. जलप्रदूषण, हवेचे प्रदूषण यासारख्या पर्यावरणसमस्यांच्या अभ्यासात पाण्याचे किंवा दूषित हवेचे नमुने गोळा करणे आवश्यक असते. मातीचा कस, त्याची क्षारता, उत्पादकता ठरविण्यासाठी मातीचे नमुने घेणे गरजेचे असते. अभ्यासाचा हेतू लक्षात घेऊन, सुनिश्चित पद्धतीने नमुना संकलन व नंतर त्या नमुन्याचे पृथक्करण यामुळे पर्यावरणशास्त्रातील क्षेत्रअभ्यासाची उपयुक्तता निश्चितच वाढते.

(३) प्रश्नावली व मुलाखती (Questionarrie and interviewing) : अभ्यासक्षेत्रातील पर्यावरणाचे स्वरूप एखाद्दुसऱ्या भेटीने समजणे नेहमीच कठीण असते. स्थानिक लोकांना त्याविषयी नेमके ज्ञान असते. त्या प्रदेशातील पर्यावरणीय समस्यांचीही त्यांना चांगली जाण असते. पर्यावरणाविषयी स्थानिक लोक नेहमीच जागरूक असतात. त्यांच्याकडून, त्या प्रदेशातील पर्यावरण व पर्यावरण–समस्या यांची माहिती घेणे हा क्षेत्रीयअभ्यासाचा एक महत्त्वाचा घटक असतो.

क्षेत्रअभ्यासाचा हेतू लक्षात घेऊन यासाठी एक प्रश्नावली तयार केली जाते. एखाद्या खेडेगावाच्या अभ्यासासाठी ही प्रश्नावली कशी असेल, त्याचा नमुना यासोबत दिला आहे. याच पद्धतीने, विविध पर्यावरण घटक व समस्यांसंदर्भात प्रश्नावली तयार करता येते. या प्रश्नावलीच्या आधारे व मुलाखतीद्वारे, माहितीचे संकलन केले जाते.

प्रश्नावलीच्या आधारे मुलाखती देतांना, विविध वयोगटातील लोक, विविध व्यवसाय करणारे लोक, स्त्रिया व पुरुष याचबरोबर सरकारी कार्यालयातील लोक अशा विविध स्तरांतील लोकांना प्रतिनिधित्व दिले जाते. कारण या प्रत्येक स्तरातील व्यक्तीचे पर्यावरण–आकलन वेगवेगळे असू शकते.

(४) मोजमाप (Measurements) : नदीनाले, तळी, सरोवरे, झाडेझुडपे, टेकड्या, डोंगर यांसारख्या पर्यावरणीय घटकांचे विविध स्तरांवर व विविध कारणांसाठी मोजमाप करणे हेही पर्यावरणशास्त्रातील क्षेत्रअभ्यासाचे महत्त्वाचे अंग आहे. सर्वेक्षणाची उपकरणे वापरून हे केले जाते.

(५) क्षेत्र नकाशे (Field Mapping) : अनेक वेळा पर्यावरणातील विविध घटक, क्षेत्रअभ्यासाच्या वेळीच नकाशावर नोंदवले जातात. शेतजमिनीचा वापर कोणत्या पिकासाठी केला जात आहे, डोंगरउतारावर कोणत्या वृक्षांची लागवड केलेली आहे, तलावात गढूळ व प्रदूषित पाण्याचा प्रदेश कुठे आहे, शहरांच्या नकाशात ध्वनिप्रदूषणाचे कोणते भाग आहेत, या व अशा अनेक गोष्टी क्षेत्रअभ्यास चालू

असतानाच नकाशात नोंदविल्या जातात. यामुळे नकाशे अद्ययावत बनतात व वारंवार कराव्या लागणाऱ्या पर्यावरणीय अभ्यासात उपयुक्त ठरतात.

(६) अहवाल लेखन (Report Writing) वरील सर्व मुद्द्यांच्या साहाय्याने एकत्रित केलेल्या माहितीचे पृथक्करण करून त्यावर आधारित पर्यावरणप्रकल्प लिहिला जातो. यात मुख्यत: प्रदेशाचे पर्यावरण व त्याच्या समस्या यांचा ऊहापोह केलेला असतो. पर्यावरणाचा ऱ्हास किती व कसा झालेला आहे त्याचे वर्णन करून पर्यावरण-पुनर्निर्मितीसाठी (Restoration) उपाययोजना सुचविलेल्या असतात.

स्थानिक पातळीवर, पर्यावरणासंबंधी क्षेत्रअभ्यास कसा केला जातो, त्यासाठी कशा तऱ्हेच्या अभ्यासपद्धतीची गरज असते, त्यासाठी बनविलेल्या प्रश्नावलीत कशा स्वरूपाचे प्रश्न असावेत ते खालील उदाहरणावरून स्पष्ट होईल.

गाव : विशिष्ट, सांस्कृतिक, सामाजिक व आर्थिक पर्यावरणाचे गाव हे उत्तम उदाहरण आहे. गावाच्या पर्यावरणीय अभ्यासात, गावाचे स्थान, त्याच्या आजूबाजूचे डोंगरदऱ्या, नद्या, या सर्वांचा समावेश केला जातो.

शेती हा भारतातील बहुतेक गावांचा महत्त्वाचा व्यवसाय असल्यामुळे, गावातील शेतीखालील जमीन, जंगले व पडजमीन, मातीची जाडी, मातीचा प्रकार या गोष्टींचा समावेश गावच्या पर्यावरण अभ्यासात केला जातो.

गावाच्या पर्यावरणीय अभ्यासाचा मुख्य हेतू हा नैसर्गिक परिस्थिती व गावातील लोकांचे जीवन यातील सहसंबंध पाहाणे हा असतो. मानवी जीवनामुळे निसर्गात होणाऱ्या बदलांचा अभ्यासही यात समाविष्ट असतो.

शहरे : शहरातील पर्यावरणाचा अभ्यास हा मुख्यत: शहरातील बांधकामे, इमारती, बागा, मोकळ्या जागा, हॉटेल्स, शैक्षणिक संस्था, करमणुकीची ठिकाणे अशा विविध घटकांच्या संदर्भात केला जातो.

शहरातील पर्यावरणाचा ऱ्हास होण्यामागची कारणे शोधताना शहरातील वाहतूक, सांडपाण्याचा निचरा, औद्योगिक संकुले, प्रदूषणाची ठिकाणे या संदर्भात माहिती गोळा करणे गरजेचे असते.

तळी, सरोवरे, नद्या, डोंगर उतार : यांचा पर्यावरणीय अभ्यास, हा निरीक्षणे, मोजमाप, प्रयोग यांच्या साहाय्याने केला जातो. यांचे स्थान, विस्तार, आकार, लांबी, रुंदी, जलसंचय, डोंगरउताराचे स्वरूप, उताराचे प्रमाण, त्यावरील वनस्पतीचे आच्छादन, मातीचा थर, मृदेचा ऱ्हास, डोंगरउतारावरील बांधकामे इत्यादी घटकांच्या संदर्भात माहिती गोळा करून पर्यावरणाचे मूल्यमापन केले जाते.

यासाठी जी प्रश्नावली तयार केली जाते त्यात प्रदूषणपातळी, प्रदूषणाची कारणे, या बाबींचाही समावेश केला जातो.

विभाग १ : गावाची माहिती

१. गावाचे नाव ☐   वाडा/वस्ती ☐
तालुका ☐   जिल्हा ☐
२. गावाचे क्षेत्रफळ ☐   लोकसंख्या ☐
पुरुष ☐   स्त्रिया ☐
एकूण घरे ☐

३. निव्वळ पिकांखालील
क्षेत्र ☐
एकूण पिकांखालील
क्षेत्र   ओलिताखालील क्षेत्र ☐
जिरायत क्षेत्र ☐   पडक्षेत्र ☐
वनक्षेत्र ☐   गायरान कुरणे ☐
बिनशेतीखालील
क्षेत्र ☐

४. निरनिराळ्या पिकांखालील
क्षेत्र ☐

खरीप पिके	क्षेत्र/उत्पादन	रब्बी पिके	क्षेत्र/उत्पादन
(१)	☐	(१)	☐
(२)	☐	(२)	☐
(३)	☐	(३)	☐
(४)	☐	(४)	☐

उन्हाळी पिके	क्षेत्र/उत्पादन	व्यापारी पिके	क्षेत्र / उत्पादन
(१)	☐	(१)	☐
(२)	☐	(२)	☐
(३)	☐	(३)	☐
(४)	☐	(४)	☐

५. इतर सुविधा
बाजाराचा दिवस ☐   प्राथमिक आरोग्य केंद्र आहे/नाही

६. शाळा
(१) प्राथमिक ☐
(२) माध्यमिक ☐
(३) कनिष्ठ महाविद्यालय ☐

७. रस्ते
कच्चा ☐   पक्का ☐
पायवाट ☐   इतर ☐

८. पोस्ट ऑफिस आहे/नाही

९. पाणीपुरवठा
नळ ☐   विहीर ☐
नदी ☐   तत्सम ☐
हातपंप ☐   इतर ☐

विभाग २ : कुटुंबाची माहिती

१. कुटुंबप्रमुखाचे नाव : ――――――――――――

२. व्यवसाय : ―――――――――――――――――

३. कुटुंबातील लोकांची संख्या : ☐

अनु.	कुटुंबातील लोकांची नावे	कुटुंबप्रमुखाची नाव	स्त्री	पुरुष	वय	शिक्षण	व्यवसाय

४. जमीनधारक आहात का? ☐ असल्यास जमिनीचे क्षेत्र ☐

५. ओलिताखालील जमिनीचे क्षेत्र ☐ बिगर ओलिताखालील जमिनीचे क्षेत्र ☐

६. सिंचनप्रकार व क्षेत्र
  (१) विहीर ☐ (३) उपाययोजना ☐
  (२) उत्पादन ☐ (४) इतर ☐

७. शेतीची अवजारे व यंत्रे
  (१) नांगर पद्धती ☐ (४) इलेक्ट्रिक पंप ☐
  (२) नांगर लोखंडी ☐ (५) डिझेल इंजिन ☐
  (३) बैलगाडी ☐ (६) ट्रॅक्टर ☐

८. घराची मालकी
  स्वत:चे ☐ भाड्याचे ☐
  खोल्यांची संख्या ☐

९. घरांचा प्रकार
  (१) मातीचे ☐ (३) कौलारू ☐
  (२) विटांचे ☐ (४) सिमेंटचे ☐

१०. विजेची उपलब्धता   [आहे /नाही]

११. पिण्याचे पाणी कोठून भरता ?
    (१) विहीर   [   ]   (४) हातपंप   : [   ]
    (२) नळ   [   ]   (५) इतर   : [   ]
    (३) नदी / ओढा   [   ]

१२. पाण्यासाठी किती अंतर
    जावे लागते ?   [   ]

१३. जनावरांचे प्रकार व संख्या:

प्रकार	संख्या	प्रकार	संख्या

१४. जळणासाठी इंधन म्हणून काय वापरता ?
    (१) लाकूड :   [   ]   (४) कोळसा   : [   ]
    (२) गोवऱ्या : [   ]   (५) रॉकेल   : [   ]
    (३) बायोगॅस : [   ]   (६) इतर   : [   ]

१५. जळणासाठी किती अंतर लांब जावे लागते ?
    अंतर :   [   ]   वेळ   : [   ]

१६. कुटुंबातील एखादी व्यक्ती बाहेरगावी आहे का ?
    (१) शिक्षणासाठी   (२) कामासाठी
    वर्ग :   [   ]   कामाचा प्रकार : [   ]
    खर्च :   [   ]

१७. निव्वळ शेतीवर तुमचे   १८. नसल्यास तुम्हाला कोठे काम मिळते?
    भागते का ? : [होय/नाही]   गावात   : [   ]
                                 गावाबाहेर   : [   ]

१९. गावात कोणत्या प्रकारचे काम मिळते ?
_____

२०. गावाबाहेर कोणत्या प्रकारचे काम मिळते ?
_____

२१. गावाबाहेर काम असल्यास स्थलांतर करता की येऊन जाऊन करता ?
_____

२२. शासनातर्फे आर्थिकदृष्ट्या दुर्बल घटकांसाठी कोणत्या योजना राबविल्या जातात ?
_____

२३. त्याचा तुम्ही लाभ घेता का ?
_____

२४. जोड व्यवसाय आहे का ?
लघुउद्योग : [   ]   कुटीर उद्योग : [   ]   मोठे उद्योग : [   ]

२५. गेल्या दहा वर्षांत कोणती सुधारणा झाली आहे ? का ?
_____

पर्यावरणाच्या क्षेत्रीय अभ्यासासाठी काही विशिष्ट समस्या अथवा घटना यांचाही विचार करता येतो. पुढे दिलेल्या यादीवरून त्याची कल्पना येऊ शकेल.

(१) शहरातील ध्वनिप्रदूषण

(२) दगडांच्या खाणींचे दुरुपयोग

(३) वायुप्रदूषण

(४) नदीतील राडारोड्याचा परिणाम

(५) गणेशोत्सवासारख्या उत्सवानंतर वाढणारे प्रदूषण

(६) शहरातील कचऱ्याचा प्रश्न

☐☐

www.ingramcontent.com/pod-product-compliance
Lightning Source LLC
Chambersburg PA
CBHW051922220626
47052CB00003B/548
* 9 7 8 8 1 8 9 7 2 4 4 9 8 *